உக்கிலு

உக்கிலு

உக்கிலு

குமாரசெல்வா (பி. 1964)

குமரி மண்ணின் மேற்குப் பகுதியிலுள்ள விளவங்கோடு வட்டார மக்களின் வாழ்க்கைப் பதிவை தனது எழுத்துக்களில் வெளிப் படுத்தும் குமாரசெல்வா, மார்த்தாண்டத்தைச் சேர்ந்தவர்.

அடிப்படையில் கவிஞரான இவர் 1980களில் நண்பர்கள் சேர்ந்து நடத்திய *பாலை* சிற்றிதழில் இணையாசிரியராகத் தனது இலக்கிய வாழ்க்கையைத் தொடங்கினார். அந்த இதழில் எழுதிய 'இரத்த நிலம்' சிறுகதை வாயிலாகக் கதைசொல்லியாகவும் அறியப்பட்டார்.

எந்த அமைப்பையும் சாராமல் எழுதும் தனித்துவம் மிக்க படைப் பாளியான இவர், சமகால முக்கியத்துவம் வாய்ந்த எழுத்துக் களையும் பிரச்சினைகளையும் பேசும் எல்லா அமைப்புக்க ளோடும் தனது ஆதரவையும் நட்பையும் தெரிவிப்பவர்.

"குமாரசெல்வாவின் கதைகள், கதையின் நூலிழுப்புப் பாணியை உதறிவிட்டு, வாழ்வம்சத்தின் முரட்டுத்தனமான உடல் சார்ந்த ஒருவித *artistic resolution* ஆக முனைப்பு கொள்வது பொதுவாகத் தமிழ்நாட்டு எழுத்திலேயே அதிகம் இல்லை. அந்த வகையில் தமிழின் தற்கால எழுத்திலேயே ஒரு புதிய தடம் இந்தக் கதைகள்" எனக் குறிப்பிடுகிறார் தமிழவன்.

முகவரி   : 14 – 101A, மக்கவிளாகம்,
                வழுதூர், அம்சி,
                தேங்காய்ப்பட்டணம் 629 173,
                கன்னியாகுமரி மாவட்டம்.

செல்பேசி : 9443808834

குமாரசெல்வா

உக்கிலு

காலச்சுவடு பதிப்பகம்

உக்கிலு ◆ சிறுகதைகள் ◆ ஆசிரியர் : குமாரசெல்வா ◆ © செ. செல்வகுமார் ◆ முதல் பதிப்பு : டிசம்பர் 1992 ◆ காலச்சுவடு முதல் பதிப்பு : டிசம்பர் 2012 ◆ வெளியீடு: காலச்சுவடு பப்ளிகேஷன்ஸ் (பி) லிட்., 669 கே. பி. சாலை, நாகர்கோவில் 629001.

காலச்சுவடு பதிப்பக வெளியீடு: 482

ukkilu ◆ Short Stories ◆ Author : kumaaracelvaa ◆ ©C.Selvakumar ◆ Language : Tamil ◆ First Edition : December 1992 ◆ Kalachuvadu First Edition : December 2012 ◆ Size : Demy 1 x 8 ◆ Paper : 18.6 kg maplitho ◆ Pages: 120 ◆ Copies: 550 + 50.

Published by Kalachuvadu Publications Pvt. Ltd., 669 K.P. Road, Nagercoil 629001, India ◆ Phone : 91-4652-278525 ◆ e-mail : publications@kalachuvadu.com ◆

ISBN : 978-93-81969-37-3

12/2012/S.No. 482, kcp 867, 18.6 (1) 600

ஹெப்ஸிபா, ஜேசுதாசன் ஆகியோருக்கு

நன்றி

இந்தக் கதைகளை வெளியிட்டு வாசகர்களிடம் என்னைக்
கொண்டுசென்ற *கவிமுகில், கேப்பியார், மகளிர் குரல்,
வாரமுரசு, நண்பர் வட்டம், ஏழையின் குமுறல்*
ஆகிய இதழ்களுக்கும்
அதன் ஆசிரியர்களான
கே. புஷ்பராஜ், தீஸ்மாஸ். டி. செல்வா,
ராஜா. சொர்ணசேகர்,
காலஞ்சென்றவர்களான
தி. பாக்கியமுத்து, எம்.எக்ஸ். ராஜமணி
ஆகியோருக்கும்

பொருளடக்கம்

முன்னுரை

'உக்கிலு' இரண்டாம் பதிப்பு காணும் இந்த வேளையில் அதிலுள்ள வட்டாரச்சொற்களின் பொருள் எழுதுவதற்காகத் திரும்பவும் ஒரு தடவை படிக்க வேண்டிய அவசியம் ஏற்பட்டது. அந்த வாசிப்பு அனுபவத்தையும் சேர்த்து இந்த முன்னுரையை எழுதலாம் என்று நினைக்கிறேன். நான் எழுதியவற்றைத் திரும்ப ஒரு முறை நானே வாசிக்கும் அனுபவம் எனக்கு அவ்வளவு விருப்பம் தருவதல்ல. எப்போதாவது அறையில் தனியாக இருக்கும்போது வேறு எந்தப் புத்தகமும் இல்லாத நிலையில் நான் எழுதியவை ஏதாவது அகப்பட்டால் வாசிப்பேன். எனது எழுத்துக்களை வேறு யாரோ ஒருவர் எழுதியது போன்ற உணர்வு அப்போது எனக்குள் இருக்கும். அதிலுள்ள ஓட்டை உடைசல்கள், சரிவுகள், நிர்வாணங்கள் எல்லாமே தெரியும்.

எனது திருமண மேடையில் நான் வெளியிட்ட நூல் இந்தக் கதைத்தொகுப்பு. சுந்தர ராமசாமி வெளியிட, ஹெப்சிபா – ஜேசுதாசன் தம்பதியினர் பெற்றுக்கொண்டனர். அப்போது எனது தாயாரும் உடன் இருந்தார்கள். இந்த இருபது வருட கால இடைவெளி எனது வாழ்க்கையிலும், அதற்கு வெளியிலான உலகத்திலும் பெருத்த மாற்றங்களை ஏற்படுத்தியுள்ளது. கருத்துநிலைகளில் கூடப் பல இடங்களில் இன்று நான் வேறுபடுகிறேன். எனினும் இப்போதுகூட இந்தக் கதைகளை என்னால் ஈடுபாட்டுடன் வாசிக்க முடிகிறதென்றால் அப்படி என்ன தான் இருக்கிறது என்று யோசித்துப் பார்த்தேன். இதற்குப் பிறகு இத்தொகுப்பிலுள்ளவற்றைவிடச் சிறப்பான கதைகள் என்று நான் எழுதியவற்றில் நினைத்துக்கொண்ட கதைகள் உண்டு. ஆனால் அவற்றைவிடச் சிறப்பானவை

யென்று இத்தொகுப்பிலுள்ள கதைகளை நண்பர்களும் வாசகர்களும் குறிப்பிட்டுச் சொல்லும்போது, அப்படி என்ன தான் இதில் நான் செய்துவிட்டேன் என்றும் நினைத்தேன். குழந்தையின் சிரிப்பு போல எதுவோ ஒன்று இதில் வசீகரிப்ப தாக உணர்ந்துகொண்டேன்.

சுபமங்கலா இதழில் இதிலுள்ள கதைகள் குறித்து எழுதும் போது சுந்தர ராமசாமி ஓரிடத்தில், 'விவரிப்பின் பாலைவனங் களாக இன்றைய எழுத்துக்கள் பக்கம் பக்கமாகச் சலிப்பைத் தந்துகொண்டிருக்கும்போது, அனுபவங்களின் விரிவிலிருந்து தனது சாரங்களைக் குமாரசெல்வா வெளிப்படுத்தி இருக்கிறார்' என்று எழுதி இருப்பார். அனுபவத்திற்கும் படைப்புக்குமான உறவை, அனுபவத்தை வெளிப்படுத்த மொழி கொள்ள வேண்டிய பரிமாற்றத்தை இந்தக் கதைகளை முன்வைத்து உரையாடலாம் என்பார். மொழி, அனுபவமாக விரியும்போது விளக்கங்கள், விரிவுரைகள் மங்கிப்போவதையும், படைப்பின் வலு உரமேறுவதையும் சிறப்பாகக் காணும்போதே ஒரு கதை யின் அசைவை நகர்த்திச் செல்வதில் அனுபவம் மொழியாக மாறுவதையும் இடைவெளி இல்லாமல் போகச் செய்ததுதான் இந்தக் கதைகளின் ஈர்ப்புக்கான காரணங்களில் ஒன்றெனப் புரிகிறேன். இதையே தமிழவன் இன்னொரு விதத்தில், வேறொரு பார்வையில், 'கதைசொல்லும் முறையில் நூலிழுப்புப் பாணியை உதறிவிட்டு வாழ்வம்சத்தை நோக்கி இத்தொகுப்பி லுள்ள கதைகள் நகர்வதாக'த் தனது விமர்சனத்தில் தெரிவித் திருப்பார். மனசில் இருப்பதற்கும், மொழிவாயிலாக அதனைச் சொல்வதற்குமான வலிமை மிக்க எளிமை ஒன்று கைகூடுவது அத்தனை சுலபமல்ல. ஹெப்சிபா ஜேசுதாசனின் 'புத்தம் வீடு' இன்றளவும் சிறப்பு பெற்று விளங்குவது இத்தன்மையினால் தான். நானாவது 'உக்கிலு' போன்ற கதைகளில் சில உத்தி களைப் புகுத்திப் பார்த்திருப்பேன். 'புத்தம் வீடு' எதுவும் இல்லாமல் வெளிப்படையாக நகர்கிறது.

இவற்றை அத்தனை ஆழமாகப் பார்க்காததாலோ என்னவோ பிறகுள்ள பல கதைகளை எதையும் நினைக்காம லேயே எழுதினேன். பொதுவாக நான் எழுதும்போது எந்த விமர்சகனையும் நினைத்து எழுதுவதில்லை. விமர்சனம் என் பதைக்கூட யாரோ ஒருவர் நம்மை அணுகும் விதங்களில் ஒன்று என்ற அளவிலான எண்ணமே எனக்கு உண்டு. இந்த நிலையில் எங்கள் ஊரில் வடக்குத் தெருவிலிருந்து ஜான்பாபு என்றொருவர் சென்னையில் வசிக்கிறார். எனது கதைகளைப் படித்துவிட்டு அதன் வாயிலாக எனக்கு அறிமுகமானார். பின் னாட்களில் நான் எழுதிய கதைகளையும் அவர் படித்துவிட்டு

மார்த்தாண்டத்தில் ஒரு நாள் தற்செயலாக நிகழ்ந்த சந்திப்பின் போது எனது கதைகள் குறித்து விரிவாகப் பேசினார்.

அவர் குறிப்பிட்டவற்றில் எனது கருத்தைத் தூண்டிய முக்கியமான ஒன்று, 'உங்கள் கதைகளில் பாத்திரங்கள் உரை யாடும் பகுதிகள் உயிரோட்டமுடன் இருக்கின்றன. ஆனால் நீங்கள் கதைசொல்லும் பகுதிகள் அதைவிடச் சற்றுக் கீழாகவே உள்ளன' என்பதாகும். அவருடன் விரிவாகப் பேசினேன். உதாரணங்கள் சொன்னார். 'குறுவெட்டி' கதையில் வரும் இளைஞன் பள்ளியாடி ரெயில்நிலையத்தில் விழும்போது ஊராரின் நடவடிக்கைகளை அவர்களின் உரையாடல் பாங்கில் அமைத்திருப்பதைச் சிறப்பானதாகக் சுட்டிக்காட்டினார். இந்த ஜீவத்துவம் பல எழுத்தாளர்களின் எழுத்துக்களில் இல்லாமர் போனதன் காரணம் அவர்கள் கதையை அவர்களாகவே விவரிக்கத் தொடங்குவதுதான் என்று குறிப்பிட்டார்.

'விமர்சனம்' என்பது இத்தனை ஆத்மார்த்தமாக, எனது எழுத்தையே என்னை உணரவைத்த தன்மையை நண்பர் ஜான்பாபுவிடமிருந்து தெரிந்துகொண்டேன். இதுபோல வாசகர்களும் பொதுமக்களும் எழுதுபவர்களிடம் உரையாடத் தொடங்கினால் பயனுள்ளதாக இருக்கும். நான்கைந்து கதைகள் எழுதும் முன்னால் அவர் இதனைத் தெரிவித்திருந்தால் இன்னும் எனக்கு அனுபவரீதியில் பயன்பட்டிருக்கும் என்றும் நினைத்தேன். இந்த முன்னுரை எழுதுவதற்காக 'உக்கிலு' குறித்து சுந்தர ராமசாமியும் தமிழவனும் எழுதியவற்றைத் திரும்ப வாசித்தபோது இதையும் உள்ளடக்கித்தான் அவர்கள் பேசி இருப்பதன் சாராம்சம் அமைந்ததாக உணர்ந்தேன்.

'உக்கிலு' சிறுகதைத் தொகுப்பின் மொழி நிறைய பேருக்கு ஒரு உணர்வை ஊட்டியதாக நேரில் கண்டேன். தேசிய உணர்வுபோல, பக்தி உணர்வுபோல, வட்டார உணர்வை அந்த மொழி அவர்களிடம் தூண்டி இருக்க வேண்டும். வெறு மனேயான சொற்களை இங்கு நான் மொழி என்று குறிப்பிட வில்லை. மக்கள் பேசும் வட்டார வழக்குகளைச் சேகரித்து மிளகாய்ப்பொடி தூவுவதுபோல தூற்றி ஒரு கதையை வறுத் தெடுக்க எவராலும் முடியும். இங்கு நான் அந்தக் கள்ள வேலையைச் செய்யவில்லை. எனது விழிப்பைச் சார்ந்தும் சாராமலும் உள்வாங்கிக்கொண்ட ஒரு வட்டாரத்தின் சுபாவத்தை, நான் வாழ்ந்த வாழ்க்கையைய் பிறரோடும் சேர்த்து எனக்கேயான மொழியில் பேசி இருக்கிறேன். தங்களை எனது வாயிலாக உணர்கிறவர்களுக்கு அந்த இருவிதக் கலப்பில் பிறந்த சாராம்சமே தூண்டுதலை ஏற்படுத்தி இருக்க வேண்டும்.

ஒரு நாள் பெரியவர் ஒருவர் எனது வீடு தேடி வந்தார். அவரும் வடக்குத் தெருவைச் சார்ந்தவர்தான். சென்னையில் வசிக்கிறார். 'உக்கிலு' தொகுப்பை வாசித்தபோது மார்த்தாண்டத் தின் பழைய நாட்களைத் தனக்கு நினைவு படுத்தியதாக உணர்ச்சிவசப்பட்டுக் கூறினார். தான் பொதுப் பணித்துறையில் என்ஜினியராகப் பணியாற்றி ஓய்வு பெற்றவர் என்பதைக் கூறி விட்டு எனது தந்தையார், குடும்பத்தினரை நன்கு அறிவதாகக் குறிப்பிட்டார். தொடர்ந்து நிறைய எழுத வேண்டும் என்று வலியுறுத்தியபோது நன்றிப்பெருக்குடன் அவரது முகத்தைப் பார்த்தேன். மதிய வெயிலின் உக்கிரத்தைப் பொருட்படுத்தாமல் தனது வயோதிக நிலையிலும் மூச்சிரைத்தவாறு நடந்து என்னைப் பாராட்ட வந்த அந்தப் பெரியவரைக் குறித்துப் பெரிதும் ஆச்சரியப்பட்டேன். விடைபெற்றுச் செல்லும்போது, 'எனது மகன்தான் எம்.எஸ்.எஸ். பாண்டியன்' என்றார். அந்த அறிவுஜீவியின் தந்தையா நம்மைப் பாராட்ட வந்தவர் என்று வியந்துபோனேன்.

என்.எஸ். தங்கம் என்பவர் நாகர்கோயிலைச் சேர்ந்தவர். எனக்கொரு நீண்ட கடிதம் எழுதி இருந்தார். 'விளவங்கோடு பகுதி மக்களின் மொழியை இப்படியும் கையாள முடியுமா?' என்று ஆச்சரியப்பட்டிருந்தார். குமரி மாவட்டத்திற்குள் இதர வட்டாரங்களைச் சேர்ந்த பலராலும் இதன் மொழி மிகவும் சிலாகித்துப் பேசப்பட்டது. தமிழ்நாட்டிலும் க. பூரணச்சந்திரன் போன்றவர்கள் இத்தொகுப்பை மிகவும் சிறப்பித்துப் பேசுவ தாக அவருடைய மாணவர்கள் என்னிடம் பல தடவை குறிப் பிட்டிருக்கிறார்கள்.

நூல் வெளிவந்த புதிதில் தமிழ்நாட்டிலிருந்து பலர் எனக்குக் கடிதம் எழுதிப் பாராட்டினார்கள். அதில் மறக்க முடியாத கடிதம் திலீப்குமாருடையது. தங்களுக்குக் கிடைக்கும் அங்கீகாரம் உங்கள் படைப்பின் உயர்வை எந்த விதத்திலும் பாதித்துவிடக் கூடாது என்று எழுதி இருந்தார். நான் நிதானமாக, ஒரு நத்தை ஊர்ந்து செல்வதைவிட மெதுவாக எனது அடி களை எடுத்துவைப்பவன் என்றும், எனது நிர்வாணம் எனக்குத் தெரியும் என்றும் பதில் எழுதியிருந்தேன். அந்த வருடம் வெளியான சிறந்த சிறுகதைத் தொகுப்புக்களில் ஒன்றாகக் குமுதம் பத்திரிகைகூட 'உக்கிலு'வைத் தேர்வு செய்திருந்தது. இத்தொகுப்பு மாதிரி என்னை நானே மீறாமல் இதுபோன்ற கதைகளை அறுத்துத்தள்ளி இலக்கிய உலகத்தில் நான் பிசியான எழுத்தாளனாக இருப்பதாக என்னைக் காட்டிக் கொள்ள எனக்குத் தெரியும். அப்படி எதையுமே செய்து பிரபல மாக நானும் விரும்பவில்லை, அடிக்கடி ஏதாவது பிரச்சினை

களை எனக்குத் தந்துகொண்டிருக்கும் காலமும் செய்யவிட
வில்லை. இந்த இருபது வருட காலமும் ஒரு மானசீக உறக்கம்
என்னைப் படைப்பில் தழுவி மயங்க வைத்திருந்தது. அதுவும்
நல்லதுக்குத்தான்.

○

நான் எழுதிய கதைகளில் எதனை முதற் கதையாகச் சொல்
வது? மூன்று கதைகள் முதற் கதைகளாக அமைந்த பாக்கியம்
எனக்கு உண்டு. அப்போது நான் ஒன்பதாம் வகுப்பில் படித்துக்
கொண்டிருந்த சமயம். இன்று உழைப்பவனுக்குச் சுமாராக
கூலி கிடைப்பதுபோல அன்று கிடைக்காத காலம். எங்கள்
வீட்டுக்கு அருகில் ஒரு எலெக்ட்ரிக்கல் ஸ்டோரில் சிறு பையன்
ஒருவன் வேலை பார்த்து வந்தான். அவனுக்குத் தினந்தோறும்
ஒரு ரூபாய் சம்பளம். எங்கோ ஒரு குக்கிராமத்திலிருந்து
ஏழு கிலோமீட்டர் நடந்துவந்து வேலை பார்த்து விட்டு இரவு
பிந்தி அதுபோலக் கடந்து செல்வான். அதிகாலையிலேயே
ஊரிலிருந்து அவன் புறப்படுவதால் கடை திறப்பதற்கு ஒரு
மணி நேரம் முன்பு தொடுவெட்டியை அடைந்துவிடுவான்.
அந்த ஒரு மணி நேரமும் எங்களோடு விளையாடிக் களிப்பான்.
விளையாட்டின் இடையே அக்கம் பக்கத்து வீடுகளின் வடக்குப்
புறத்தில் நுழைந்து திரும்ப வருவான். முகமலர்ச்சியை வைத்து
ஏதோ ஒரு வீட்டில் அவனுக்குப் பழையது கிடைத்திருக்கிறது
என்பதை ஊகித்துக்கொள்வோம்.

அன்றும் அதுபோல எங்களோடு விளையாடிக்கொண்டிருந்
தான். பக்கத்திலுள்ள ஒரு ஓட்டல் உரிமையாளர் அவனை
அழைத்து, 'ஒரு கிலோ சீனி வாங்கிவிட்டு வா. ஒரு தோசை
தருகிறேன்' என்று கூறினார். அப்போது எங்கள் வீட்டின் அருகில்
மளிகைக்கடை எதுவும் இல்லை. ஒரு பர்லாங் தூரம் நடந்து
தொடுவெட்டி ஜங்ஷன் சென்றுதான் வாங்க வேண்டும்.
பையனும் அதற்குச் சம்மதித்து வாங்கிக்கொண்டு வந்தான்.
ஓட்டலில் காசு வாங்குமிடம் தாழ்வாகவும், உணவருந்தும்
இடம் படியேறிச் சென்று சாப்பிடும் வகையில் தனியாகவும்
அமைந்த காரணத்தால் உரிமையாளர் அவனிடம் சீனியைக்
கொண்டு கொடுத்துவிட்டு ஒரு தோசை கேட்டு வாங்கிச்
சாப்பிட்டுச் செல்லுமாறு கூறினார். பையனுக்குப் பசி அதிகமாக
இருந்ததால் பத்துப் பனிரெண்டு தோசை தின்றிருப்பான்
போல் தெரிகிறது.

கையைக் கழுவாமல் மெதுவாக நழுவி வெளியே வந்து
சந்தோசமாக எங்களுடன் கச்சி களித்துக்கொண்டிருந்த (கோலி
விளையாட்டு) பையனின் சட்டைக் காலரைப் பிடித்து தூக்கிய

ஓட்டல் உரிமையாளர் எங்கள் கண்முன்னால் வைத்து அவ னைத் தாக்கினார். 'ஒரு கிலோ சீனி வாங்கிட்டு வர ஒனக்கு பன்னிரண்டு தோசையா?' என்று கேட்டுக்கேட்டு அடித்தார். பையன் தனது இரண்டு கைகளையும் சேர்த்துக் கும்பிட்டவாறு, 'ஒருக்காலும் போட்டு, இனிமே செய்யமாட்டேன்' என்று கதறி அழுதான். அதோடு அவர் அவனை விடவில்லை. அவன் வேலை பார்க்கும் கடைக்குச் சென்றார். அவனது சம்பளத்தி லிருந்து நாலணாவைப் பிடித்தம் செய்து வாங்கிய பிறகே அடங்கினார்.

அன்று பத்து காசுக்கு நான்கு தோசைகள் கிடைக்கும். நாலணாவைக் கொடுத்துவிட்டு அவன் வேலை பார்க்கும் கடைக்காரரும் அவனை அடித்தார். ஓட்டல்காரர் அடித்ததற்கு அழுத அவன் கடைக்காரர் அடித்தபோது ஏனோ அழவில்லை.

நாங்கள் உண்டியலில் சேமித்து வைத்திருந்த ஒரு பைசா, இரண்டு பைசாக்களை சேர்த்து அவனுக்கு அந்த நாலணாவைக் கொடுத்து உதவினோம். அதை அறிந்த கடைக்காரர் அவனிடம் நாங்கள் கொடுத்த காசைத் திருப்பித் தருமாறு செய்தார். அவனுக்குத் திருட்டுப் பழக்கம் கூடாது என்பதற்காக அடித்த தாகவும், ஒரு ரூபாய் சம்பளத்தை மாலையில் குறைக்காமல் கொடுப்பதாகவும் தெரிவித்தார்.

இந்தச் சம்பவத்தை எண்பதாம் பக்கம் நோட்டுப் புத்தகம் ஒன்றில் கதையாக எழுதினேன். அதற்கு 'ஆற்றூரான் தின்ன தோசை' என்று தலைப்பு வைத்தேன். அவன் ஆற்றூர் அருகி லுள்ள கிராமத்திலிருந்து வருவதால் ஊர்ப் பெயரிலேயே அழைப்பது வழக்கம். இந்தக் கதையைப் பாடத்திற்குப் பதிலாக அடிக்கடி எடுத்து வைத்து நான் படிப்பதால் அதிலுள்ள ஒவ்வொரு வரியும் எனக்குக் காணாப்பாடம் ஆகிவிட்டது. இதை யாரிடம் காட்டி அபிப்பிராயம் கேட்பது என்று தெரியாமல் திண்டாடிப்போனேன்.

ஒரு நாள் மாதப் பரீட்சையின்போது தமிழ் விடைத்தாளில் 'ஆற்றூரான் தின்ன தோசை' முழுவதையும் எழுதி வைத்து விட்டேன். பிறகுதான் என்ன காரியம் செய்துவிட்டோம் என்ற திகில் பிறந்தது. தமிழாசிரியருக்குத் தெரியாதவாறு தலைமறை வாக நடக்கத் தொடங்கினேன். வகுப்பில் அவர் நிற்கும்போது தலையைக் குனிவாக வைத்தோ, புத்தகம் கொண்டு முகத்தை மறைத்தோ தற்காத்துக்கொண்டேன்.

அன்று திருத்திய விடைத்தாள்களுடன் அவர் வகுப்புக்கு வந்தார். எனது இதயத்துடிப்பு சட்டைக்கு வெளியிலும் எட்டிப் பார்த்தது. எல்லா மாணவர்களுக்கும் விடைத்தாளைக் கொடுத்

தவர் எனது பேப்பரை மட்டும் மேசையில் வைத்திருந்தார். மாணவர்களிடமிருந்து திருப்பி வாங்கும் முன்பு என்னை அழைத்து முன்னே நிறுத்தி நான் எழுதிய பேப்பரைக் கையில் தந்து படிக்கச் சொன்னார். நான் படித்து முடித்ததும் மாணவர்களைப் பார்த்து, 'இந்தக் கதைக்கு எத்தனை மதிப் பெண் தருவீர்கள்?' என்று கேட்டார். மாணவர்கள், 'அறுபது, எழுபது' என்றனர். அந்த ஆசிரியர், 'நான் தொண்ணூறு மதிப்பெண் அளிக்கிறேன்' என்று சொல்லி என்னை உற்சாகப் படுத்தினார்.

அந்தத் தமிழாசிரியரின் பெயர் தேவதாசன். கருங்கல் அருகே மாங்கரை என்ற ஊரைச் சேர்ந்தவர். நல்ல வளர்த்தி யுடன் கம்பீரமான தோற்றம் கொண்டவர். பட்டுவேட்டி சட்டை யில் அவர் நடந்துவருவதே மாணவர்களிடம் ஒரு ஈர்ப்பை ஏற்படுத்திவிடும்.

ஒன்பது, பத்தாம் வகுப்புகளுக்கு மட்டுமே அவர் தமிழ்ப் பாடம் நடத்தினாலும் ஏழாம் வகுப்பு பெரிய லீவின்போதே எனக்கு அவர் பழக்கம். பள்ளி நூலகத்தை ஒழுங்குபடுத்தும் போது அவருக்கு உதவி செய்த மாணவர்களில் நானும் ஒருவன். லீவில் படிக்க ஒரு கதைப்புத்தகம் கேட்டபோது எனக்கு அவர் தெரிவுசெய்துதந்த நூல் ஜெயகாந்தன் எழுதிய 'யாருக்காக அழுதான்?'. வாழ்க்கை குறித்தோ, இலக்கியம் பற்றியோ எதுவும் அறியாத அந்தப் பருவத்தில் எனது நெஞ்சை பலமாக அள்ளிய அந்தக் குறுநாவல் நான் முதன்முதலாகப் படித்த இலக்கியப் புத்தகமாக அமைந்தது எனது வாழ்க்கையில் கிடைத்த பெரும் பேறு. அந்த ஆசிரியர் மு.வ.வின் ரசிகர். எழுதுவதைவிட அதிகமாக வாசிக்கச் சொல்லி எனக்கு, அவர் படிக்கத் தந்த புத்தகங்கள் எல்லாம் மு.வ.வின் நாவல்களே. அவர் வாயிலாக நான் பெற்று வாசித்தவற்றில் மனதைப் பாதித்து நெகிழவைத்த நாவல் 'பெற்றமனம்'. அன்றைய எனது ரசனையிலிருந்தும் அனுபவத்திலிருந்தும் இதனைக் குறிப்பிடுகிறேன்.

'ஆற்றூரான் தின்ன தோசை'க்குப் பிறகு பல கதைகளை எழுதினேன். அவையெல்லாம் எழுதிப் படித்த வகையறாக்க ளாகவே அமைந்தன. வாரத்தில் இரண்டு நாட்கள் செவ்வாய், வெள்ளிக்கிழமைகளில் தொடுவெட்டி சந்தை கூடும். அதற்கு அந்தப் பக்கம் இன்றைய பேருந்து நிலையத்தில் அன்று மிகப் பெரிய காளைச்சந்தை கூடும். இன்றுபோல பேருந்துகள் அதிகம் காண முடியாது. மாட்டு வண்டிகள் நிறையச் செல்லும். கடவங்களைத் தலையில் சுமந்தபடி கிராமங்களிலிருந்து பெண்கள் கால்நடையாக நடந்து கதைபேசியபடிக் கும்பலாகச்

செல்வார்கள். நான் ஒரு தாளுடன் அவர்களின் பின்னால் பதுங்கிச் சென்று பேசுவதைப் பதிவுசெய்வேன். அதை வைத்து கதைகள் எழுதுவேன். அவ்வாறு எழுதியவற்றில் எதுவுமே உருப்பெறவில்லை.

1983இல் நான் எழுதிய கதை 'இரத்த நிலம்'. பைபிளில் இயேசுவைக் காட்டிக் கொடுத்த அவரது சீடர்களில் ஒருவனான யூதாஸ் அதற்கு ஈடாகப் பெற்ற முப்பது வெள்ளியைத் தேவாலயத்தில் வீசி எறிந்துவிட்டுத் தற்கொலை செய்து கொள்வான். அந்தப் பணத்தில் குயவர்களை அடக்கம் செய்ய யூத மதவாதிகளால் வாங்கப்பட்ட நிலத்தின் பெயர் 'இரத்த நிலம்'. இரண்டாயிரம் வருடங்களுக்கு முன் நடந்த நிகழ்வைச் சமகாலத்தோடு பொருத்தி ஐம்பது ரூபாய் கையாடல் செய்த மதப்போதகர் ஒருவரின் முகத்திரையைக் கிழித்த இந்தக் கதை நண்பர்கள் சேர்ந்து நடத்திய *பாலை* இதழில் வெளியாகி வழக்கம் போல எனக்குப் பல பிரச்சினைகளை உருவாக்கித் தந்தது. இவை இரண்டையும் முதற் கதைகளாகச் சொல்வதில் உண்மை இருந்தாலும் மனம் ஒத்துக்கொள்ள மறுக்கிறது. காரணம், கதை என்று நான் எழுதினாலும் கதையாக உருப் பெறவில்லை என்பது யதார்த்தம்.

1985ஆம் ஆண்டு 'ஈஸ்டர் கோழி' எழுதினேன். அதனை 1987ஆம் ஆண்டுவாக்கில் திருத்தி எழுதிப் பல பத்திரிகை களுக்கு அனுப்பிவைத்தேன். யாருமே பிரசுரிக்கவில்லை. அதுகூட என்னை வருத்தமடையச் செய்யவில்லை. ஆனால் நான் வைத்து அனுப்பும் தபால்தலைகளைத் திருடி எடுத்து விட்டு கதையைத் திருப்பி அனுப்பாமல் விட்ட கொடுமைதான் என்னைச் சங்கடப்படுத்தியது. கதை உருவாகிச் சரியாக ஆறு வருடம் கழித்து தி. பாக்கியமுத்து தனது *நண்பர் வட்டம்* இதழில் அக்கதையைப் பிரசுரித்தார். 'உக்கிலு' தொகுதியில் இதை நான் சேர்த்தபோது நிறைய பகுதிகளைச் செதுக்கித் தள்ளி மெருகேற்றினேன். மனோன்மணியம் சுந்தரனார் பல்கலைக்கழகத்தில் பாடத்திற்கு இந்தக் கதையைத் தெரிவு செய்தபோது திரும்பவும் எடிட் செய்தேன். மாணவர்கள் என்னிடம் கேட்டார்கள், 'கோயிலில் காணிக்கை போட ஐந்து பைசா என்று எழுதி இருக்கிறீர்களே, அத்தனை கஞ்சத் தனமாக யாராவது இருப்பார்களா?' என்று. நான் கூறினேன், 'இருபத்தேழு வருடங்களுக்கு முன்பு எழுதிய கதை இது. அன்று ஐந்து பைசாவுக்கு மதிப்பிருந்தது' என்று. இதனை நான் எழுதிய முதற் கதையாக மனசு ஓரளவு ஒத்துக்கொள்கிறது.

○

கருத்துநிலையில் இன்று நான் மாறுபட நேர்ந்த கதை 'நிரந்தர மற்ற மரணங்கள்'. ரப்பர் மரத்தின் வருகையால் பனைமரங்கள் முறிக்கப்படுவதற்கு எதிராக 1985இல் எழுதிய கதை. வெறுமனே கொள்கைப் பிரகடனம் போல எழுதிய கதையை 1988இல் திருத்தி எழுதிப் பார்த்தபோது வித்தியாசமாகத் தெரிந்தது. அதனைச் சற்று விரிபுடுத்தி 1992இல் கே. புஷ்பராஜ் நடத்திய கவிமுகில் பத்திரிகையில் குறுந்தொடராக நீட்டி எழுதினேன். கதை முடியும்போது பத்திரிகையின் பெயர் *கேப்பியார்* என்று மாறியது.

குமரி மாவட்ட மக்களின் பொருளாதார வாழ்க்கையில் மிகப் பெரிய மாற்றத்தை ஏற்படுத்தியது ரப்பர் மரம். சொற்ப அளவில் பத்து சென்ட், இருபது சென்ட் நிலம் வைத்திருந்தவர் கள்கூட அதில் ரப்பரை நட்டு கிடைத்த வருவாயில் பிள்ளை களைப் படிக்கவைத்தார்கள். இந்த நிலையில் பனையை வைத்து அவர்கள் என்ன பலன்தான் கண்டார்கள்? கள்ளிறக்க நேர்ந்தாலாவது கொஞ்சம் காசு பார்த்திருக்கலாம். அதைத் தான் டாஸ்மாக் வாரிக்கொண்டு போய்விட்டதே. எனவே பனை மரம் நின்றால் என்ன, அழிந்தால்தான் என்ன? எனினும் கதைச்சூழலில் வரும் சங்கரன் என்ற பனையேறி, பனையேற்று அழிந்தபோது வேறுதொழில் எதற்கும் மாற முடியாத மனநிலை யில் சாராயம் காய்ச்சி போலீஸ், கோர்ட் என்று அலைவுறும் துக்கத்தைப் பேசுகிறது என்று சொல்லலாமா? பனையேறி ஒரு தொழில் போனதென்றால் கையில் இருப்பதை விற்றுச் சாப்பிட்டு அழிக்கவோ, சும்மா இருக்கவோ செய்யமாட்டான். அடுத்த தொழிலுக்குத் தாவிவிடுவான். சங்கரனும் கேரளா வுக்குக் கொத்த வேலை பார்க்கச் செல்கிறான். அவனால் அதில் ஏனோ ஈடுபட முடியவில்லை. இதனைத் தனிக் குணமாக ஆராய முடியுமே தவிர, சமூக அசைவாகக் கொள்ள முடியாது.

1986ஆம் ஆண்டு இறுதியில் எழுதியது 'உக்கிலு'. அப்போது இதற்குச் சூட்டிய பெயர் 'கள்ளிக் காக்கையும், சிரஞ்சீவி இலையும்'. 1988இல் இதனை விரித்து எழுதியபோது ஒரு போன்சாயி நாவல்போல வடிவம் கொண்டது. 'உக்கிலு' என்ற பறவையைப் பற்றி எங்கள் பகுதியில் உலவும் கதை யொன்று எனக்கு மிகவும் கை கொடுத்தது. அதன் அலகில் சுமந்து செல்லும் சக்திவாய்ந்த மூலிகையால் ஒருவன் சாகசங்கள் புரியலாம் என்பதே அது. இந்தப் பறவையைத் தமிழ்நாட்டில், 'செம்புவம்', 'செம்போத்து' என்ற பெயரிலும் அழைப்பார்கள். பழந்தமிழ் இலக்கியமான 'களவழி நாற்பது' என்ற நூல் இந்தப் பறவையைக் 'குக்கில்' என்று குறிப்பிடுகிறது. யுத்த களத்தில் ஓடும் இரத்தத்தில் குளித்தெழுந்த காக்கை,

குக்கில் பறவையைப் போல் காட்சியளிப்பதாக விவரிக்கப் பட்டுள்ளது. குக்கிலைத்தான் நாங்கள் 'உக்கிலு' என்கிறோம்.

மார்த்தாண்டத்தில் நான் வசித்த பகுதியின் பெயர் பருத்தி விளை. இன்று மெயின்ரோடு என்றால்தான் எல்லாருக்கும் தெரியும். பழைய ஆட்கள் யாராவது வந்து பருத்திவிளை என்று விசாரித்தால் இப்போதுள்ள தலைமுறைக்குத் தெரியாது. அது போல 'தட்டாக்குடி இறக்கம்' என்றொரு பெயரும் உண்டு. இப்பெயர் பருத்திவிளையைக் காட்டிலும் புராதனமானது. இறக்கம் என்றால் அப்படி ஒரு இறக்கம். வாரம் ஒரு மாட்டு வண்டியாவது இந்த இறக்கத்தில் கவிழாமல் இருக்காது. அப்போதெல்லாம் சட்டி பானைகள் மாட்டு வண்டியில்தான் கேரளாவிற்குச் செல்லும். ஒரு நாள் தற்செயலாக எனக்குள் ஒரு யோசனை உதித்தது. 'தட்டாக்குடி' என்று பெயரில் சிறப்புடைய அந்தப் பகுதியில் தற்போது ஒன்றோ, இரண்டோ பொற்கொல்லர் குடும்பங்கள்தான் உள்ளன. காரணம் எதுவாக இருக்கும் என்று ஆராய்ந்தபோது, ஒரு காலத்தில் பொன் செய்யும் தட்டார்கள் இங்கு அதிகமாக வாழ்ந்ததாகவும், மகாராஜா குடும்பத்தினருக்குக்கூட அணிகலன்கள் செய்து கொடுப்பார்கள் என்றும் அறிந்தேன். அரண்மனை கஜானாவில் தங்கமுலாம் பூசி ஏமாற்றிய ஒரு தட்டான் செய்த தவறால் மொத்த சமூகமே சிதைந்து வேறு பகுதிகளுக்கு இடம்பெயர்ந் தது என்ற செய்தி ஒரு கதைபோல எனக்குக் கிடைத்தது.

இப்போது கதையை உக்கிலு எடுத்துச் செல்லும் பச்சிலை யுடன் பொருத்தினேன். பழையயுத்திரன் என்ற ஆசாரி மகா ராணிக்குத் தங்கமுலாம் பூசிய மணியாரம் செய்து கொடுத்து ஏமாற்றிவிட்டுப் பச்சிலையின் மகிமையால் மாயங்கள் செய்து தப்பிக்கப் பார்க்கிறான். அது முடியாமற்போகவே வீரர்களிடம் அகப்பட்டு மகாராஜாவால் கழுவிலேற்றப்படுகிறான். அதே பொற்கொல்லர் பரம்பரையில் தோன்றிய புதியயுத்திரனான கோலப்பன் ஆசாரி அந்தப் பச்சிலையை ஒரு வலையான் கூட்டில் கண்டெடுத்துப் பீடியில் ஏற்றிப் புகைக்கிறான். பழைய புத்திரனுக்கு முளைக்காத சிறகு இவனுக்கு முளைப்பதாக கதை முடிகிறது.

'உக்கிலு' வாயிலாக மார்த்தாண்டத்தில் வாழ்ந்த ஏழு தலைமுறையினரின் கதையைச் சொல்லி இருக்கிறேன். சாத்தன் என்ற பனையேறி சித்து புருஷன் மகாராணிக்கு அக்கானி கொடுத்ததால் மகாராஜாவால் கொல்லப்படுகிறான். உக்கிலு வால் முதன்முதலாக ஏமாற்றப்பட்டு கல்லாகவும் மரமாகவும் உறைந்த அவன் முதல் தலைமுறை. கழுவிலேற்றிக் கொல்லப்

பட்ட பழையபுத்திரன் இரண்டாவது தலைமுறை. 'அம்மவீடு' சென்ற மகாராஜாவைப் பார்த்து ஊளையிட்டதால் நாக்கறுக்கப் பட்ட நாக்கறுந்தான் பனையேறி மூன்றாவது தலைமுறை. பழைய பண்டிதர், புதிய பண்டிதர் ஆகியோர் நான்காவது, ஐந்தாவது தலைமுறையைச் சேர்ந்தவர்கள். மகாராஜாவுக்கு இணங்காததால் பெற்ற தாயால் தற்கொலைக்குத் தள்ளப்படும் தள்ளையதின்னிதேவி ஆறாவது தலைமுறை. புதியபுத்திரனான கோலப்பன் ஆசாரி விடுதலை அடைந்த ஏழாவது தலைமுறை. இவர்களுக்குள் சுழலும் கதையில் மையம் அழிக்கப்படுவது கவனமாகப் படிப்பவர்களுக்குப் புரியும். இவர்கள் அனைவருமே அரச பயங்கரவாதத்தால் கொல்லப்பட்டவர்கள். திருச்சியி லிருந்து அழகேசன் என்பவர் இத்தொகுப்பு குறித்து எழுதிய கட்டுரையின் தலைப்பே, 'உக்கிலுவும் உயிர்ச்சிதைவின் எதிர்ப்பும்' என்பதாகும்.

இந்தக் கதை ஒரே சாதியைச் சுற்றிச் சுழலும் தன்மையில் அமையவில்லை. சாத்தன் சாணான். பழையபுத்திரன் ஆசாரி. தள்ளையதின்னிதேவி நாயர். அவள் மறு அவதாரம் எடுத்துத் தாயைப் பழிவாங்கப் பிறந்தது தாழ்த்தப்பட்ட குடியில். சாம்பவர் குலப்பெண் சுமத்திர, வாதையைக் கட்டவரும் காணிக் கார மந்திரவாதி, குயவர்கள் எனப் பல்வேறு சாதிகளுக்குள் சுழலும் 'உக்கிலு' கதை தொடர்ந்து வெட்டப்பட்டுத் தொடர்ச்சி இன்றி கதைசொல்லும் ஒழுங்கை வேண்டுமென்றே கடைபிடிப்ப தால் 'புரியவில்லை' என்ற பல்லவியைப் பலரும் பாடுவதை என்னால் ஒழுங்கின் வன்முறையாகக் கேட்க முடிகிறது. எனினும் வாசிப்பால் புரிந்து என்னை வாழ்த்துகின்ற நெஞ்சங் களையும் நானறிவேன். அவர்கள் சாதாரண தொழிலாளர்களி லிருந்து பெரிய கல்விமான்கள்வரையிலும் இருக்கிறார்கள். அய்யப்பன் என்றொரு தையல் தொழிலாளி எனது நண்பர். நான் காணாத பல பக்கங்களை இந்தக் கதையிலிருந்து எடுத்து எனக்கு விளக்குவார். பல கதைகளை எழுதுவதற்கு முன்பு நான் அவரோடு சேர்ந்து விவாதித்திருக்கிறேன். புது டில்லி ஜவகர்லால் நேரு பல்கலைக்கழகத்தில் பேராசிரியராகப் பணிபுரியும் எனது அருமை நண்பர் சந்திர சேகரன் என்னிடம், 'உக்கிலு' கதைக்கு இணையாக நீங்கள் எழுதிய ஒரே கதை 'கயம்' மட்டும்தான் என்று கூறியது நினைவுக்கு வருகிறது. சமண தொன்மத்தில் நின்று சுழலும் 'கயம்' கதையைவிடப் பல்வேறு கலப்பு நிலையில் அமைந்த கதை 'உக்கிலு' என்பதை இந்த இடத்தில் நான் வலியுறுத்த விரும்புகிறேன். குளச்சல் யுத்தம், கிறித்தவ மதமாற்றம், மார்த்தாண்டத்தை உருவாக்கிய எமிலன் என்ற கிறித்தவ மிஷனெறி, டிரவல் தொரை (Trowell)

என்று வரலாற்றின் துண்டுச் செய்திகள் வாயிலாகவும் கால மாற்றத்தை இந்தக் கதையில் நான் கொண்டுவந்திருப்பேன். தொடுவெட்டி x மார்த்தாண்டம் என்ற முரண்பாட்டின் அரசியலையும் பேசி இருப்பேன். எனது மன அறைகளில் இன்றும் விரிந்து மணம் பரப்பிக்கொண்டிருக்கும் 'உக்கிலு' கதை எழுத நேர்ந்ததை எனது எழுத்து வாழ்க்கையில் கிரீடமாக நினைக்கிறேன்.

இத்தொகுப்பில் எழுதிய உடனே எந்தத் திருத்தமுமின்றிப் பிரசுரம் கண்ட ஒரே கதை 'சீடைகள்'. 1987ஆம் ஆண்டு வாக்கில் மார்த்தாண்டத்தில் எம்.எக்ஸ்.ராஜமணி என்ற கத்தோலிக்க சாமியார் நூலகம் ஒன்றை நடத்திவந்தார். இடதுசாரி மனோபாவம் கொண்ட அவரிடம் ஒரு நாள் பேசிக் கொண்டிருக்கும்போது அவர் நடத்தும் *ஏழையின் குமுறல்* பத்திரிகைக்கு அந்த மாதம் சரியான கதை எதுவும் வரவில்லை என்று கூறினார். உடனே உட்கார்ந்து இந்தக் கதையை எழுதிக் கொடுத்தேன். அந்தப் பத்திரிகையின் வாசகர்களைக் கணக்கில் கொண்டு எழுதப்பட்டாலும் குமரி மாவட்டத்தில் இந்து மதவெறி தீவிரவாதத்திற்கு இணையாகச் செல்லும் இன்னொரு கோடான பெந்தெகோஸ்து பக்திமார்க்கத்தை எள்ளலுடன் விமர்சனம் செய்திருப்பேன்.

'சுருட்டுவாள்' கதை 1987ஆம் ஆண்டு எழுதியது. இந்தக் கதையை என்னிடம் எழுதச்சொல்லி வற்புறுத்தியவர் முன்பு நான் குறிப்பிட்ட எனது தையற்கடை நண்பர். எழுத்து வடிவம் கண்ட பிறகு இரண்டு தடவை திருத்தி எழுதினேன். இறுதி வடிவத்தை சிவகாசியிலிருந்து வெளிவரும் *வாரமுரசு* பத்திரிகை நடத்திய கதைப்போட்டிக்கு அனுப்பிவைத்தேன். பொதுவாக இலக்கியப் போட்டிகளில் இறங்கி வெற்றி பெறுவதைத் தரக்குறைவாகக் கருதுபவன் நான். ஆனால் *வாரமுரசு* நடத்தும் போட்டி வித்தியாசமாக இருந்தது. அவர் களிடம் வரும் கதைகளைப் பிரசுரம் செய்வார்கள். வாசகர்கள் வாக்களித்துச் சிறந்த கதையைத் தேர்வு செய்ய வேண்டும். சாதாரண, எந்த இலக்கியப் பரிச்சயமும் இல்லாத வாசகர் களிடம் நமது கதைகள் எந்தப் பாதிப்பை ஏற்படுத்துகின்றன என்பதை அறிவதில் எனக்கு எப்போதும் ஒரு அக்கறை உண்டு. அதனடிப்படையில் கதையை அனுப்பினேன். அதிகம் வாசகர் களின் வாக்குகளைப் பெற்று முதலிடத்தில் 'சுருட்டுவாள்' தேர்வு செய்யப்பட்டது.

இதன் வாயிலாக நான் இலக்கியப் பஞ்சாயத்துத் தலைவர் ஆகிவிட்டதாக நினைக்கவில்லை. ஆனால் எனது வட்டாரத்தைத் தாண்டி இன்னொரு வாசகப் பரப்பில் நமது

கதை அதிகம் பேரால் விரும்பப்பட்டதை அறிந்துகொண்டேன். எனவே 'புரிதல்' பிரச்சினையை இனிமேல் எவரும் என் மீது குற்றச்சாட்டாகக் சுமத்த முடியாது. *வாரமுரசு ஆசிரியர் இராஜா.சொர்ணசேகர்* பெரிய விழா நடத்திப் பரிசளிக்க ஏற்பாடுகளைச் செய்திருந்தார். என்னால் நேரில் கலந்து கொள்ள முடியாததால் பரிசுத்தொகையை அனுப்பிவைத்தார்.

'காறாட்டம்' கதை குமரி மாவட்டத்திலுள்ள ஆதிக்கச் சாதியினரின் வழிபாடு சம்பந்தப்பட்ட ஒரு கதை. அதனைத் தலித் கலப்பில் இன்னொரு பரிமாணத்தைக் கொடுத்து பெண்ணின் விடுதலையாகவும் மாற்றிப் புனைந்தேன். *1988ஆம் ஆண்டு எழுதிய கதையை நண்பர் தீஸ்மாஸ் டி.செல்வா வாங்கிச் சென்றார். ஆண்டுகள் கழித்து 1992இல் சென்னை யிலிருந்து வெளிவரும் மகளிர் குரல் பத்திரிகையில் பிரசுரமானது.*

1988ஆம் ஆண்டை என்னால் மறக்க முடியாது. எனது பல கதைகள் அந்த வருடம்தான் மறு வடிவம் பெற்றன. அதற்கான குறிப்பிட்ட காரணத்தை நுணுகி ஆராய்ந்தபோது ஒரு உண்மையை நான் கண்டேன். அந்த ஆண்டுதான் அம்பேத்கர் நூற்றாண்டு விழா கொண்டாடப்பட்டது. மண்டல் கமிஷன் பிரச்சினை வெடித்ததும் அதே வருடம்தான். அரசியல் ரீதியாக எனக்குள் கிளர்ந்தெழுந்த ஒரு உத்வேகம் தான் படைப்பிற்கான எழுச்சியையும் எனக்குள் உருவாக்கிய தாகக் கருதுகிறேன். தொடர்ந்து கிழக்கு ஐரோப்பிய நாடு களில் நிகழ்ந்த அரசியல் மாற்றமும், பெர்லின் சுவர் உடைப்பும், சோவியத் யூனியன் தகர்வும் இத்துடன் சேர்த்துக் காணப்பட வேண்டிய அரசியல் நிகழ்வுகளாகும்.

○

இந்தச் சிறுகதைத் தொகுப்பை வெளியிடுவதற்காக இருபது வருடங்கள் முன்பு நான் மேற்கொண்ட சிரமங்கள் குறித்து நீண்ட கட்டுரையே எழுதலாம். இன்று எந்த எழுத்தாளருக்கும் அப்படி ஒரு கஷ்டம் இருப்பதாகத் தெரியவில்லை. அச்சுத் தொழில்நுட்ப வளர்ச்சியும், பதிப்பகங்களின் பெருக்கமும் எழுத்தாளர்களுக்கு வரப்பிரசாதமாக அமைந்துள்ளன. அழகான அச்சாக்கத்தை வைத்து மோசமான நூல்களை முதல் பார்வை யில் அடையாளம் காண முடியாத ஆபத்தும் சூழ்ந்துள்ளது. 'உக்கிலு' நூலாக்கம் பெற்றுக்கொண்டிருந்த நேரம் கல்வி சம்பந்தமான ஒரு கருத்தரங்கில் கலந்துகொள்ள நேர்ந்தது. அதில் சிறப்புரையாற்றிய புகழ்பெற்ற தமிழறிஞர் ஒருவர், 'நமது நாடு முன்னேறாமல் போனதற்குக் காரணம் மக்கள்

உழைக்காமல் இருப்பதுதான்' என்று கூறினார். கூட்டத்தி லிருந்த ஒரு பெண்மணி எழுந்து, 'யார் உழைக்காமல் இருக் கிறார்கள்? மக்கள் உழைக்கத்தான் செய்கிறார்கள். உம்மைப் போன்ற கனவான்கள்தான் உழைக்காமல் இருக்கிறார்கள். வளாகத்தில் மான்கள் வளர்ப்பதற்கு மான் ஒன்றுக்குத் தினம் ஐம்பது ரூபாய் செலவிடும் நீங்கள், தினம் ஐந்து ரூபாய் கூலியில் ஒப்பந்தத் தொழிலாளர்களாக டைப் அடித்துக் கொண்டிருக்கும் எங்கள் உழைப்பைச் சுரண்டுகிறீர்கள் என்பதை ஞாபகத்தில் வைத்துக்கொள்ளுங்கள்' என்று ஆவேச மாகப் பேசினார். அந்தக் குரல் திரும்பத் திரும்ப எனக்குள் எதிரொலித்துக்கொண்டிருந்தது. குழித்துறை ரெயில் நிலையத் திற்குள் நுழையும் முன்னால் விரிகோடு அருகே சிக்னலுக்காகத் தொடர்வண்டி நின்றது. ஒரு மேட்டு நிலத்தில் எண்பது வயது தாண்டும் பஞ்சட்ட கிழவி ஒருத்தி காய்கறி நட்டு காக்கட்டை யில் வெள்ளம்கோரி விடுவதைக் கண்டேன். அதைப் படம் பிடித்து அட்டையில் போட முடிவுசெய்தேன். மறுநாள் அங்கு சென்றபோது கிழவி காலமாகி அடக்கம் நடந்துகொண்டிருந்தது. புகைப்படக் கலையில் தேர்ச்சி பெற்ற பலரைக் கொண்டு பல ஊர்கள் சென்று அதுபோல ஒரு காட்சியைப் படம் பிடிக்க முயற்சிசெய்தேன். எதுவும் ஒத்துவரவில்லை. இறுதியாக சாதாரண திருமண நிகழ்ச்சிகளைப் படம்பிடிக்கும் புகைப்படக் காரர் ஒருவரை களியக்காவிளைவரைக்கும் அழைத்துச் சென்று படமாக்க நினைத்தால் காட்சிக்கு ஒத்துழைக்க யாருமே முன்வரவில்லை. இந்த நிலையில் *கேப்பியார்* இதழின் ஆசிரியர் கே. புஷ்பராஜின் தாயார் முன்வந்து காட்சியில் பதிந்தார். அந்தப் புகைப்படமே அட்டையில் இடம்பெற்றது.

இன்று எனக்கு எந்தச் சிரமமும் இல்லாமல் இத்தொகுப்பு இரண்டாம் பதிப்பு காண்கிறது. இதற்குக் 'காலச்சுவடு' பதிப்பகத்திற்கும், நண்பர் கண்ணனுக்கும் நான் நன்றி தெரிவித்துக்கொள்கிறேன். தட்டச்சு செய்த எம். ரெத்தின குமாரி, முழு வேலையையும் மேற்பார்வை செய்த ஷாலினி ஆகியோருக்கும் எனது நன்றிகள்.

பெரியவர் எம்.எஸ். அவர்களின் பணி வெறும் மெய்ப்புத் திருத்துதலோடு மட்டும் அடங்கிவிடவில்லை. காட்டாற்று வெள்ளம் இழுத்துச்செல்வது போல ஓடும் எனது எழுத்தில் எந்த இடத்திலும் அதற்குரிய தன்மை இழந்துவிடாமல் அவர் செய்த திருத்தங்களை ஒரு ஆசிரியரிடம் பாடம் படிக்கும் மாணவனைப் போல நான் கற்றுக்கொண்டேன் என்றுதான் சொல்ல வேண்டும். எனது நூலுக்கு அவர் பிழை திருத் தியதைப் பெரும்பேறாக எண்ணி நன்றி கூறுகிறேன்.

எப்போதும் எனக்குத் துணையாக இருக்கும் பைங்குளம் கிளை நூலக வாசகர் வட்டத்திற்கும், அதன் தலைவர் பெரியவர் இரா.சிகாமணி அவர்களுக்கும் நன்றிகள்.

பணியாற்றும் இடத்தில் பேராசிரியர்கள் சஜன், ஸ்டீபன்சன், என்னுடன் முதுகலைப் படிப்பில் தமிழ் பயின்று காணும் போதெல்லாம் இலக்கியம், சமூகம், அரசியல் என்று உரை யாடித் தனியொரு அன்பை வெளிப்படுத்தும் குப்பம் திராவிடப் பல்கலைக்கழகப் பேராசிரியர் விஷ்ணுகுமரன், அதிராமபட்டினம் காதர் மொய்தீன் கல்லூரித் தமிழ்த் துறைத் தலைவர் கலீல் ரகுமான், சென்னைப் புதுக் கல்லூரித் தமிழ்த் துறை இணைப் பேராசிரியர் அப்துல் ரசாக், நண்பர்கள் கே. புஷ்பராஜ், ஜெ.ஆர்.வி. எட்வர்ட், சதீஷ், தினேஷ் அனைவருக்கும் நன்றி.

யாரை மறந்தாலும் இக்கதைத் தொகுப்பு உருவாகக் காரணமான டி.வி.பாலசுப்ரமணியத்தை என்னால் மறக்க முடியாது. கதைகளைத் தேர்வு செய்ததிலிருந்து தமிழவனுக்கு என்னை அறிமுகப்படுத்தி, அவர் எழுதிய கட்டுரையைப் பிரசுரித் துத் தமிழ் உலகில் எனக்கொரு அடையாளத்தை ஏற்படுத்தித் தந்தவர் அவர். எனக்கு மட்டுமல்ல, குருசு.சாக்ரடீஸ் போன்ற பலருக்கும் அவர்தான் பின்னணியாக இருந்திருக்கிறார். விளக்கின் வெளிச்சத்தில் ஏற்றிய விரல்களை மறக்காமல் பாலுவுக்கு நான் சொல்லும் நன்றி வெறும் வார்த்தையினால் ஆனது அல்ல.

முதற் பதிப்பின்போது புத்தக அட்டைக்காகக் கொண்டு சென்ற பணம் சென்னைப் பேருந்தில் பிக்பாக்கெட்டில் பறிபோனது. அப்போது எனக்கு ஆறுதல் கூறி ஊர் திரும்பப் பணம் தந்து உதவிய ஆருயிர் நண்பர் இராஜ். மலரமுதன், தனது சொந்தப் பணத்தில் அட்டைத் தயார் செய்து ஊருக்குக் கொண்டுவந்துதந்த அருமை உடன்பிறப்பு தீஸ்மாஸ். டி. செல்வா ஆகியோரையும் இந்தத் தருணத்தில் நினைத்துப் பார்த்து எனது நன்றியை நிறைவுசெய்கிறேன்.

குமாரசெல்வா

வழுதூர்
1.06.2012

உக்கிலு

பத்திரகாளிக்காட்டிலொரு ஆலமரம்.

ஒழுகும்போக்கில் தாமிரவருணியின் கரையில் கொப்புங்குழையுமாக அடர்ந்த விருட்சம்மட்டும்தான். கறுத்திருண்ட தேகமும், சுருட்டை மயிருமாக மரபி லுள்ள மனிதன் அவன். ஆடி அமாவாசை தோறும் வாவுக்குப் பலியிட வருபவர்கள் தங்கள் முன்னோர்களில் ஒருவனாக கிரியை கழிப்பார்கள். அப்போதெல்லாம் இந்த மரத்தினடியில் பொட்டு வைத்திருக்கும் குத்துக் கல்லாய் உறைந்த சாத்தன் எழுவான். குழித்துறை ஆறு இதைவிடப் பன்மடங்கு ஊத்தங்கொண்டிருந்த காலம். சிமென்ட் பாலமோ, இயந்திர வாகனங்களோ அதன் எல்லையைக் குறுக்கவில்லை. ஒவ்வொரு நதிக்கும் பின்னால் உள்ள சங்கீதமும், பயங்கரமும் இதற்குமுண்டு. யாருக்கும் அடங்காத பிடாரிபோல, மீறிநிற்கும் ஓலை சாய்ப்புக்களையும், விவசாயிகள் நட்ட தெங்கம்பிள்ளை களையும் கையிலெடுத்துக் கொண்டு ஒரு நடை நடப் பாள். அந்த ஆடிமாச நடையின் முடிவு பட்டணம் கடலில்தான் சென்று நிற்கும்.

ஒவ்வொரு ஆடிப்பெருக்கிலும் மகாராஜா பட்டத்திக் கடவில் புனலாட வருவார். திருமேனியைக் காணா வண்ணம் திரையெழுந்து மறைத்திருக்கும். கரைநெடுக புகைகிளர்ந்து, எங்கோ தீப்பிடித்தெரிவதாக உணர்த்தும் பொங்காலைகள். அரிபொரி, சட்டிப்பானை, ஓலை சூட்டுடன் முந்தைய இரவின் துவக்கத்திலேயே ஆற்று மணலில் கடைவிரித்து, வெளுத்ததும் கல்லடுப்புக் கூட்டி கஞ்சிகாய்ச்சி, வாழைஇலை அறுத்துவந்து வாரிவைத்து, ஓதி முடித்து, நமஸ்காரஞ்செய்து, தலைக்கு மேலே

வீசும்போது, மொண்ண கனமுள்ள மீன்பற்றங்கள் வருஷந் தோறும் அடிக்கும் கோளை எண்ணி, தற்போதைய மூதாதையர் களாகச் சுற்றி வளைக்கும். இலைகள் நகர்வதற்கு நகரசபையை வைத்து பேச்சிப்பாறை அணை திறக்க, இன்று போல வேண்டு கோள் விடுக்கும் நிலை எழுந்ததே கிடையாது. 'வெள்ளப் பொக்கம்' ஏற்படும் காலத்தை, ஓசைப்படாது ஆட்களைக் கொண்டுபோகும் கொள்ளை நோயைப் போல எதிர்கொண் டார்கள். மாயப் படையெடுப்பு வந்து எத்தனை பேர் மிதக்கப் போகிறார்களோ என்ற கவலையில், மாரியை வேண்டியும், வாதைக்கு கொடுத்தும் வெள்ளம் வடிந்தபிறகு தொழியில் குளித்துநிற்கும் மரங்களும், சுற்றுப்புறங்களும் உணங்கி, நிலைக்கு வர நாட்களாகும்.

ஆலமரத்தின் பிறப்புக்கு முன்னால் பத்திரகாளிக்காடு வெறுமையாக இருந்தது. கிருஷ்ணங்கோயில் கடவில் வாழைக்கு வெள்ளங்கோரும் விவசாயிகள் கால்பட்டுத் தளும்பும் ஓசை மட்டும் கேட்கும். எதிர்புறம் மயானம். மகாராஜா காலத்தில் கொலைத்தண்டனை வழங்கப்பட்ட கைதிகளை கழுவிலேற்றும் ஸ்தலமான 'கழுவன் திட்டை' சிதிலமடைந்த சரித்திரத்தின் எச்சமாக இப்பவும் உண்டு.

ஆலமரத்தடியை இடமாகவைத்து அங்குமிங்கும் சுற்றித் திரிந்த நாட்களில் சாத்தன், 'பனைவிட்டுப் பனை தாவுங் கலைஅறிந்த பனையேறி' என்பது இரண்டாம்பட்சமாக, எல்லாருக்கும் சித்துபுருஷனாகத் தென்பட்டான். இரண்டற்று ஐடம் மரத்தினடியில் தவம்செய்யும்போது தலை, ஆற்றிலொரு வாழைஇலையில் மிதந்து திரியும். ராஜகொட்டாரத்திற்கருகில் மாறாசேரி மடத்திற்கு சொந்தமான விளையில் பனையேறிக் கொண்டிருந்தபோது, பால்ய வயதுள்ள அரசகுமாரன் தனது தாயிடம் அந்தரத்திலிருந்து இறங்கி ஒரு கையை மிருக்குத்தடி யில் தொங்கப்போட்டுக்கொண்டு மறுகையை வீசி கடுபிடுகடு பிடென்ற சத்தத்துடன் கடந்துபோகும் அந்த மாயமனிதன் யாரென்று வினவ, அவளுக்கும் தெரியாமற்போகவே அரண் மனைக் காவலாளிகளில் ஒருவன் பனையேறி என்பதை விளக்கினான். அதுமுதல் சமயம் பார்த்து அரண்மனை முற்றத்தில் குழந்தையைக் கொண்டிருத்தி விளையாட்டுக் காட்ட ஆரம்பித்தாள். கண்கள் ஆகாசத்து மீன்களாய்விரிய, உச்சிப் பனையிலிருந்து அவன் என்னவோ செய்வதையும், ஓலை மாற்றி ஓலை கால்வைத்து நகர்வதையும், விசித்திர பிராணி போல இடைப்பனையிலிருந்துகொண்டு 'தம்' பிடித்து மீண்டும் தொடர்வதையும், சுருள்சுருளாய்ப் பதைகள் மிதக்க

அக்கானிக் குடுவையுடன் இறங்குவதையும் மகனைத் தூக்கி தலைக்குமேல் வைத்து காட்டிக்கொடுப்பாள். இந்தச் சீரொன்றை யும் கவனிக்காது வந்துபோய்க்கொண்டிருந்த சாத்தன் செதுக்கிப் போட்ட அலுவாச்சி துண்டொன்று காற்றில் நகர்ந்து மாடத்தில் விழ கையிலெடுத்தவள், கனிததும்பும் புறங்களைப் பார்த்து நாக்கில் வைத்தாள். இனிப்பை முகத்திற்கு மாற்றி கண்ட போது அவனும் கண்டான். இறங்கியவன், காலில் கிடந்த திளாப்பை தலையில் மாட்டிவிட்டு, வேலிப்படப்பை மறுகடந்து வாதப்படி வரைக்கும் துணிந்து வந்தான். தூரத்தில் அவள் பார்வையில் இடது காலை மேற்படியில் ஊன்றி, தன்னைக் கைகாட்டி விளிக்கும் அவனது உருவம் கல்லில் செதுக்கியது போலத் தெரிய, அந்த நிற்புக்கு கட்டுப்பட்டாள். அவள் சுயம் தன்வசம் இருப்பதறிந்த சாத்தன், தனது கோரமான முகத்தை இளித்து குழந்தைக்கு அழகுகாட்டி, 'அப்பிக்கு அக்கானி வேணுமாக்கும்' என்றவாறு இறக்கி வைத்த குடுவையிலிருந்து ஓலைஇலக்கில் கொஞ்சம்போலக் கோரி, நீட்டிய அவளது கையில் விட்டான். 'பதமா?' என்றபோது, மனித முகத்திலொரு பாளை விரிந்தது. நாளுக்குநாள் குழந்தை யின் புஷ்டித்த தேகத்தையும், குறுகுறுப்பையும் சந்தேகித்த மகாராஜா மாடத்தில் உலாத்திக்கொண்டிருக்கையில் மகா ராணி கோட்டைக் கதவு தாண்டி வந்து சாத்தனிடம் தாலம் நீட்டுவதைக் கண்டுவிட்டார். பனைமூட்டில் வளைந்த வீரர்கள் இறங்குவானென்று கடுத்துக்கிடக்க, பத்திரகாளியின் முலைப் பாலுண்டு பெற்ற மாயச்சித்தால் தலைமறைவாகி, மருந்துவாழ் மலையில் தோன்றலுற்றான்.

இப்படி கதையாக வாதிப்பவர்களை மறுத்து ஒரு கூட்டம் பேர் அவனை 'நாடு முடிச்ச கள்ளனென்று குறிப்பிட்டார்கள். அந்திமுறைகளுக்கு சந்தைபோய்வரும் பெண்களின் பாம்படங் களை அறுப்பதிலிருந்து, விவசாயிகளின் மரக்கறி கடவங்களைப் பிடிச்சு பறிப்பது வரையிலான களவுகளில் திருப்தியுறாமல் அரண்மனைக்குள்ளே மோட்டிக்கப் போனான். கறுத்தவாவின் இருட்டில் மாமரமூட்டில் மூத்திரமொழிக்கச் சென்ற பிரதானி, தீவெட்டி அசைவில் மரத்தின் நிழலோடு ஒரு மனித நிழலும் தம்முன் விழக்கண்டு, மரத்தில் ஏறினான். சாத்தனைப் பிடிக்கத் தாவியபோது முண்டின் நுனிமட்டும் கைக்கு கிடைக்க, சீலை உரிந்து கோட்டைக்கு வெளியே குதித்தவன் தப்பியோட, பட்டிகளுக்கு எறிய வைத்திருந்த கருப்பட்டித் துண்டுகளும், பணியாரங்களும் பிரதானியைப் பார்த்து சிரித்தன. முன்சிறை ஆசிரமத்தில் ஒளித்துக்கிடக்கும் தகவல் ஒற்றர் மூலம் கிடைக்க, ஒரு படை வந்து சிலநாள் தங்கிவிட்டுச் சென்றது. பத்திரகாளிக்

காட்டுக்கு வந்தவன், ஏதோ பச்சிலையின் மகிமையால் மாயம் புரிந்து வாழலானான்.

கதையில் வேறுபட்டாலும், இரு சாராருமே அவனிருக்கும் திசைநோக்கிச் செல்லப் பயப்பட்டு சுற்றி நடப்பதில் ஒன்று பட்டார்கள். தப்பித்தவறி கண்டுவந்த சிறுவர்களின் பேடி தீர்க்க, ஆனைக்கார குட்டம்பிள்ளைக்கு கருப்பட்டியும், தெங்கம் ஓலையும் கொடுத்து மறுகடக்க வைத்தார்கள். முடியை வாங்கி காப்பு செய்து அணிந்தனர். 'இவன் உபத்திரவமல்லவா பெரிசா இருக்கு' எனப் பதட்டமடைந்த நாட்களில், வெள்ளப்பொக்கத் தில் பட்டத்திக்கடவு முங்கி சேத்திரத்தின் தலைமட்டும் தெரிய, அணிலொன்று அங்குமிங்குமாக ஓடிக்கொண்டிருந்தது. பட்டத்து யானை, பரிவாரங்களுடன் அக்கரையில் மகாராஜா வந்து நின்றார். சாத்தன், தன்னை அடையாளங் காட்டாமல் அருகே சென்று, 'ஒரு ஆளென்றால் அக்கரை போகலாம்' என்றான். வார்த்தைகள் தூரப் பார்த்தபடி விழுந்தனவே தவிர, மனதில் இருந்த ஆள் வெளிப்படையாகத் தெரிந்தது. மகாராஜாவின் குறிப்பில் இவ்வளவு பகிரங்கமாகத் தன்னை விசாரிப்புக்கு உட்படுத்தியதன் வேகம் தென்பட்டதைக் கவனிக் காமல், தான் மிதந்துவந்த வாழைஇலையைத் தரையில் போட்டு விட்டு, 'ஏறுவோர் ஏறுங்கோ' என்றபோது, ஆற்றினிடையே அவனது குரல் அங்குமிங்குமாக ஓடி அடங்கியது. ஒரு அலை சலசலத்துப் பிரியும் நேரம். காலுக்கும், தலைக்கும், தோளுக்கும், மேலுக்குமாக விழுந்த அடியை எதிர்பாராமல் தன்னை நெருங்கிய பிடியிலிருந்து வெளியேற முயன்றபோது கழுத்தில் சுருக்குப் பூட்டில் நாலைந்து வடங்கள். கண்கள் நிலைகுத்த, மாகாளி நோக்கிவிட்ட பார்வையைத் தடுத்து உக்கிலு பறந்தது. இம்முறை அவனால் தப்ப முடியவில்லை. தொடையிலுள்ள சக்தியின் ரகசியமறிந்த மகாராஜா, மந்திரவாதிகளைக் கொண்டு செயலிழக்கச்செய்து ஆலமரத்தில் கட்டிவைத்தார். பிற்றநாள் காலைவரை என்னவெல்லாமோ செய்துபார்த்துவிட்டுத் தளர்ந் தான். 'கால அறுதியக் கணிச்சவன் கணக்க, மூலமந்திரமும் முறிக்குமோ சொல்லடா'. தொலைவிலிருந்துகூட வில்லுவண்டி கட்டி ஆட்கள் திரள்திரளாய் வந்துபோனார்கள். ஒளித்தொளித்து அக்காணி வாங்கிக் குடித்த அரச குடும்பத்தினரால்கூட கல்லாக மாறுவதிலிருந்து அவனைக் காப்பாற்ற இயலவில்லை.

கடவுகள் பழையபடி உயிர்த்தன. குயவர்கள் ஆர்ப்பாட்டத் துடன் தொழி உருட்டினர். வானத்திற்கு உயர்ந்து கீழிறங்கும் வண்ணானின் துணி விழுந்தெழும்பும் ஓசை பத்திரகாளிக் காட்டில் மீண்டும் எதிரொலித்தபோது, தாமிரவருணியின்

முகத்தில்மட்டும் மூப்பு தெரிந்தது. அது வயதின் அடையாளமா? வேதனையின் ரேகையா? என்று தெரியவில்லை. சாத்தனின் மிருக்குத்தடி சிதல்வாய்க்குள் முழுவதுமாக நுழையாமல் இன்னும் கொஞ்சம் மீதமிருந்த நாட்களில் அதன் தொடர்ச்சி யாக பழையபுத்திரன் காட்டுக்கு வந்தான். ஒருகாலத்தில் ஓங்கி இருந்த புகழை இன்று நகரமாகத் திகழும் தெருவீதியில் தொலைத்துவிட்டு, மொத்த சமூகமே சிதைந்து, ஐந்தாறு குடிகளாகக் குறுகி நாக்கறுந்தான்விளைக்கு வந்ததின் அடையாளந்தான் இரவுதோறும் ராந்தலின் சிமிட்டலில் மினுங்கும் புத்தன் வீடுகள். சாத்தனின் பாளை அருவாத்தி துருவுக்கு இரையானபோது கோலப்பன் ஆசாரி அந்தக் காட்டில் கண்திறந்து உலகைப் பார்த்தான். இயற்கையின் மார்பகங்கள் திறந்துகிடந்தன. தாமிரவருணியின் பாய்ச்சலோடு அவன் கால்கள் போட்டி போடத் துவங்கிய பருவத்தில் விலங்குகளும், பறவைகளும் இதுவரை சொல்லப்படாத அர்த் தத்தில் தெரிய, பத்திரகாளிக் காட்டுடனான தொப்புள்கொடி அறாமல் நீண்டது. நாட்களில், தலைக்குமேல் நூறு வோல்ட் விளக்குடன் தீமூட்டுக் குழலும், இடுக்கியும் வைத்து நோண்டிக் கொண்டிருக்கும் வாழ்க்கை அரியண்டமாகி, முதன்முதலில் அந்தச் சமூகத்தின் குலத்தொழிலிலிருந்து விடுபட்ட மதிப்புடன் வெளியேறினான். அதற்கு அவன் படிப்பு முக்கிய காரணம். கல்லூரியில் கால் வைத்தபோது தனது சமூகத்திலிருந்து ஒண்ணாங் கிளாசில் புறப்பட்ட யாராவது கூட வருகிறார்களா என்று கவனித்தான். பின்தொடரக்கூட காணோம். பேரனால் பாட்டிக்கு பவுறு வந்தது. தனது கணவனின் பெயரை அல்லவா அவனுக்கு வைத்தாள். அது சீரழிஞ்ச மேளத்தில் போன தாத்தாவைப்போல இல்லாம, முறிஞ்சி விழுந்த மரத்தின் அடியில் துளிரைக் கண்ட ஆனந்தம். அவன் முண்டைக் கழற்றி எறிந்துவிட்டு குழல் மாட்டியபோது, 'இது வெள்ளக் காரனுக்க வகை இல்லியா மக்கா!' என்று உணர்ச்சிவசப் பட்டாள். அவனது தோற்றத்தில் அடிக்கடி டவல் தொரையைக் கண்டாள். கையில் சிகரெட் தூக்கியபோது, 'அப்பச்சியாரப் போல சுருட்டு பிடிச்சு வாநாறீட்டா திரியான்? லட்சணமாத் தானே விடுகான்' என்று மருமகளுக்குப் புத்தி சொன்னாள். இவ்வளவு தமாசான பரிமாற்றமும், பவுஞ்சியமும் கொண்ட கிழவியிடம் அபூர்வமாக ஒருநாள் கோபத்தைக் கண்டபோது, அதற்கான காரணம் சின்ன விஷயமாக இருந்தது.

மதியம்போல, தோப்பிலுள்ள நீராழியில் மேலுகழுவிக் கொண்டு நின்றபோது வீட்டுக்கெதிர்த்த வாவைமரக் கொப்பில் அந்தப் பறவை வந்து உட்கார்ந்தது. செவலை இறக்கையும்,

கறுத்த வாலுமாக மண்ணில் தவழ்ந்தும், மரங்களில் படர்ந்தும் திரியும் அதனை சிறு பிராயம் முதலே கண்டிருக்கிறான். முதல் பார்வையிலேயே இழுப்பது அந்தக் கண்கள்தான். இரத்தக் காயம்போல கன்றிச் சிவந்து தூரத்திலிருக்கும்போதே தெளிவாகத் தெரியும். இப்போதும் அதன் கண்களைத்தான் கவனித்தான். அது தன்னைப் பார்ப்பதுபோலவும், பார்க்காதது போலவும் இருந்தது. 'பிளஸ்டூ' படிக்கும்போது இங்கிலீஷ் ஃபர்ஸ்ட் பேப்பர் அண்ணைக்கு ஒரு கோங்கண்ணி வாத்திச்சி 'ஹால்'ல வந்தா. தயாராக வந்த அவன், 'பெண்ணாப் பெறந்தவா ஒருத்தி வரமாட்டாளா' என வேண்டியது பலித்துவிட்டது. ஆனால் எப்பவும் அவள் அவனையே பார்த்து இடைஞ்சலாக வும் எரிச்சலாகவும் இருந்தது. கொஞ்சம் வார்த்தைகளை பேப்பரில் கிறுக்கிக்கொண்டிருந்தவன், அவள் தூரப் பார்க்கை யில் கட்டப்பொம்மனைப்போல இடுப்பிலிருந்து 'தாளை' உருவியதுதான் தாமதம், பிடித்துவிட்டாள். பிறகு அக்கா, கொக்கா என விளித்தெடுத்து ரிப்போர்ட் பண்ணம விட்டா. மறுநாள் நிப்பை உருவி அவளது சேலையிலும், ஜெம்பரிலும் இங்க் அடிக்க மறக்காதது வேறு விஷயம். அருள்ராஜ் என்ற அள்ளு சொன்னான், 'கோங்கண்ணிய தூரப் பார்த்தா அது நம்மள பார்த்தது போல இருக்கும்'. அவ கிண்ணாரிப்பும் அசல் இதுபோலத்தான் இருந்தது.

யாருமே இந்தப் பறவையை விரும்பமாட்டார்கள். தங்கள் பார்வைக்கு எதிர்ப்பட்டால், 'தோளம் பிடிச்ச சவம் குறுக்கே இல்லியா போவுது' என வழிமாறி நடப்பார்கள். ஏர் பூட்டி உழுத காளையின் குறுக்கே பாய்ந்தபோது, நிமிர்ந்த கொம்பு களில் ஒன்று முறிந்து விழுந்தது. தலைக்குமேல் பறந்து குறுக்கு குன்னி நடப்பவர்களும் உண்டு. அந்திபட்ட பின் கர்ப்பிணிகள் வெளியே இறங்கினால் இதன் காரணமாக பெரியவர்கள் தடுப்பார்கள். தன் அலகில் சுமந்து செல்லும் பச்சிலையின் மகத்துவம் அலாதியானது. இலகுவில் கண்டுபிடிக்க முடியாத இடத்தில் அதன் கூட்டை அறிந்து, தள்ளை வெளியே போகும் வரை காத்திருப்பர். குஞ்சுகளின் காலை இரும்புக்கம்பி கொண்டு கூட்டோடும், கூட்டை மரத்தோடும் பிணைப்பர். உக்கிலு வந்து பார்த்துவிட்டு வனங்களுக்குச் செல்லும். ஆறேழு நாட்களின்பின் 'வித்தகண்டி' என்னும் பூட்டு முறிச்சான் பச்சிலையை எடுத்து வந்து ஒவ்வொரு கம்பிகளாகப் பொட்ட வைத்தமரும். கூடு ஒழிந்ததும் தூக்கி வந்து ஆற்றிலிட்டால், பாய்ச்சலுக்கு எதிர்திசை செல்லும் இலைதான் வாழ்வின் உன்னதம்.

                                        குமாரசெல்வா

கோலப்பன் ஆசாரியின் பாட்டில் கிழவி தேச்சியம் கொள்ளும் காரணம் அவனுக்குப் புரியவில்லை. திண்ணையில் வெத்திலை தல்லி தின்றபடி, 'செவனே'ண்ணு இருக்கும்போது காடிவெள்ளம் எடுக்க வரும் பொடியன்கள் அவளைக் களியாக்கப் பாடுவதும், அதன் பிரதிபலிப்பாக, 'யாருபெத்த காட்டுக்குட்டியளோ?' என அங்கலாய்ப்பதும், காண ரசமாக இருக்குமளவிலேயே அதன் முழு அர்த்தமும் அவனைப் பொறுத்தவரையில் முடிந்துவிடும். இந்த நீராழியில் வைத்து தான் அந்தப் பாடலை அவன் அறிந்துகொண்டான். ஒரு கோடைமதியத்தில் கம்முகளின் சிலிர்ப்பில் சுகம்எண்ணி மாய்ந்திருக்கையில், உக்கிலொன்று அவ்வழி பறந்தது. குடம் தூக்கி முன்னே நடந்த ஒருத்தி இறக்கி வைத்துவிட்டுப் பாட, பின்னவரும் கலந்து கை கொட்டினர். அவனை அறியாமல் மெல்லிய முணுமுணுப்பில் அது வெளிப்பட்டபோது கிழவி, 'வாயில மண்ணுவாரிப் போட்டுடுவேன்' எனப் பொரிந்தாள். காரணம் விளங்கவில்லை. தவறாக எதாவது இருக்குமோ என்று திரும்பத் திரும்ப பாடினான். வெறும் சொற்கள் வந்ததே தவிர, பொருள் ஒதுங்கிக்கொண்டது.

செம்புவமே ... சிறுகுழலே ...
மாமி மஞ்சத்தண்ணி கொண்டுவாறா
ஒளிஞ்சிக்கோ ஒளிஞ்சிக்கோ.

எப்படியும் கேட்டுவிட வேண்டியதுதான் என வந்த போது கேட்டும்விட்டான். 'லேமக்கா! பாடவேண்டிய பட்சி யாலே அது? நாம சீரோடும் சிறப்போடும் ஆனைகட்டி சோறு குடுத்த குடும்பம்ணு வாழ்ந்த தட்டாக்குடி எறக்கத்த விட்டு நடுக்காட்டில் கொண்டுவந்து போட்டதே இந்த உக்கிலு தான்' என ஆரம்பித்தாள். இரவு முழுவதும் கதையில் நீண்டது. பௌர்ணமி, தாமிரவருணி ஆறு, மனிதர்கள், குத்துக்கல், மகாராஜா, ஆலமரம், பத்திரகாளிக்காடு, மணியாரம், ராஜமாதா, கழுமரம் எனத் தொடர்ந்த அதன் நினைவுகளில் பலநாள் வாழ்ந்து சலித்தபின், மழைக்காலிருட்டில் நிஜத்தைக் காண ஒதுங்கினான். நூறு வருடங்களுக்கு முன் இவனைப் போலவே பழைய புத்திரனும் இங்கு வந்தான். ஆனால் இவன் அவனல்ல. பூ விழுந்து விதை முளைத்த புதிய விருட்சம். மனித சாதியின் புதிய வம்சம், புதிய புத்திரன்.

அந்த இருளடைந்த தனிமையில் கழுமரத்தின் கொலைக் கரங்கள் பற்றி மனிதர்கள் கதறுவதும், உயிரிருக்கும்போதே கழுகுகள் கண்களைக் கொத்தி சதைகளைப் பிடுங்கி எறிவதும், கடைசியில் மனித ரூபங்கொண்ட எலும்புக்கூட்டில் துளி

உயிர் இருந்து தண்ணீர் கேட்டு, அதுவும் புழுக்களாக உதிர்ந்துபோக கடி எறும்புகள் தூக்கி அலைவதும்; உலகின் சுழற்சியைக் கதையாகத் தந்து, பயத்தில் உறங்கி கனவில் வந்த பழைய நிகழ்ச்சிகள் விழித்துப் பார்த்தன. இந்தக் கவலை களில் நூறில் ஒன்றுகூட புதியவனைத் தொடாததாக இருந்தது.

○

அப்போதைய ராஜதானி திருவிதாங்கோடு. கடலாலும், மலையாலும் சூழப்பட்டு விளைநிலங்களும், வகைவகையான விருட்சங்களுமாய் அடர்ந்த தெற்குப் பகுதி முழுமைக்கும், தனியொரு செங்கோல் உயர்ந்து நின்றது. மலைகளை உடைத்து யானையொருபுறந்தூக்க, மறுபுறம் மனிதன் தோள்கொடுத்து தாங்க கோயில்கள் உயர்ந்ததும், குளம் வெட்டித் தொழுகை களை வளர்த்ததும், கல்லில் தெய்வீக கலை கண்டதுமான காலப்பகுதியில் படைப்பிரிவிலும், பணியாள் வகையிலும் அடிமைகளாக உழைத்து நைந்தவர்களைத் தவிர ஏனையோர் அடர்ந்த வனங்களுக்கும், மனித வாசனை வீசாத பகுதிகளுக் கும் விரட்டியடிக்கப்பட்டார்கள். குமரியம்மனின் சங்கநாதம் வேணாட்டுக் கொட்டாரத்தில் வேளை தவறாமல் கேட்டுக் கொண்டிருந்தது. புற்றுக்களை அழித்தும், புற்களைத் தோண்டி கிழங்கெடுத்து உண்டும் ஜனம் உயிர்ப்பிக்கையில், கோயில் களிலும், கொட்டாரங்களிலும் ஆயிரக்கணக்கில் இருந்து உண்பதற்கு வசதி படைத்த தனி இடங்களமைத்து போஜன சாலைகள் இயங்கின. ஆளுயர தாழிகள் ஊறுகாய் வைக்க ஒதுக்கப்பட்டன. விற்பனர்களும், நம்பூதிரிகளும் விடியவிடிய விசாரங்களிலும், தர்க்கங்களிலும் ஈடுபட்டார்கள். வேதாந்த வெள்ளத்தில் மிதந்து நிற்கும் சிமிழாகத் தென்பட்ட அதே நேரம், மகாராஜாவின் தங்கு குடிகளும், தான நிலங்களும் என அமைந்து கிடந்த மறுபக்கத்தில்தான் பழைய பண்டிதர் கொலுவிருந்தார். காவியங்களில் வரும் சிருங்கார ரசக் காட்சி களை சேகரிப்பதும், நடைமுறைப்படுத்தப்பட்ட பாஷையில் மகாராஜாவுக்கு எடுத்தியம்புவதும் அவரது வேலையாக இருந்தது. கல்லிலும் ஏட்டிலும் காமசூத்திரத்தை மட்டும் காணாது வேறு பல துறைகளிலும் அவரது கவனம் இயல்பாகச் சென்றமையால், தேக வைத்தியத்திற்கான ஆலோசனைகளை யும், இதர செய்திகளையும் கூடுதலாக வழங்கி வந்தார். மகாராஜாவுடன் இன்னும் அடுப்பத்திலாக இதுவும் காரணமாக அமைந்தது. யாராலும் தள்ளப்படாத இடத்தில் வைக்கப் பட்டவர், காயகல்ப இலக்கியத்தில் வாழ்வின் பெரும் பகுதி யைக் கரைத்துவிட்டு, தனது இலக்கிய சிட்சை தாங்க முடியா மல் அல்பாயுசில் மனைவி செத்தபிறகு, அரசன் அளந்த

நெல்லையும் விட்டுவிட்டு இந்தக் காட்டுக்கு வந்தார். எவனோ காதில் கிடந்த கடுக்கனைக் கழற்றிவிட்டு, 'மரம் உண்டு; மண்ணுமட்டும்' என கொஞ்சம் பூமியை எழுதி வைத்தான்.

1741 ஜூலை 31ஆம் தியதி.

குளச்சலில் வேணாட்டரசன் மார்த்தாண்டவர்மாவுக்கும், டச்சுக்காரர்களுக்கும் யுத்தம் நடந்தது. வரிசையாக நிறுத்தப் பட்டிருந்த பீரங்கிகளைக் கண்ட படைத்தளபதி, 'இதென்ன நமக்குத் தெரியாதா?' என ஏளனத்துடன் சிரித்தான். கடற்கரை யில் காளை வண்டிகளை வரிசையாக நிறுத்தியவன், ஒவ் வொன்றிற்கும் ஒருபனை வீதம் அடுக்கியபோதுதான் அந்தச் சிரிப்பின் பொருள் விளங்கியது. அதற்குமேல் போர்த்தி இருந்த கருநிறத் துப்பட்டா அசையும்போது முகமூடி அணிந்த பிசாசே ஞாபகத்திற்கு வரும். பைனாக்குலர் வழி பார்த்த டிலெனாய்க்கு பேய் அறைந்தது. வண்டி உருள, பனைமரம் பீரங்கிகளைத் தாக்க, மிரண்டுபோன டச்சுக்காரர்கள் கடலில் குதித்து உயிரைக் காப்பாற்ற வேண்டியதாயிற்று. அந்தப் பரபரப்பில் நிஜ பீரங்கி வெடித்தபோது, வயிறுகலங்கிய பட்சிகள் கோயில் பிரகாரங்களில் கூடி இருந்து வெள்ளை பூசின. அப்போது இந்த ஆலமரம் நூறு கிராம் எடை அளவில் ஒன்றன் வயிற்றினுள் இருந்தது. குறை ஜீரணத்தில் வெளியே குதித்த ஆலம்பழம் சுவரிடுக்கில் விழுந்து கோயிலைக் கொஞ்சங் கொஞ்சமாகத் தின்னத் துவங்கி, ஏப்பம் விடுகிறது.

பண்டிதரின் ஆளரவமற்ற வம்ச கதையில் திடீரென முளைப்பெழுந்து பார்த்தபோது பத்திரகாளிக்காடு சாத்தனால் புறம்போக்காகி இருந்தது. ஒரு தலைமுறைக் காற்றில் கொள்ளை நோய் சூறையாடியபோது விட்டுச்சென்ற முதிர்ந்த சிசுவாக அவர் நடமாடினார். பற்றுகோடற்ற வாழ்வின் வெறுமையில் குளிக்க வெள்ளம் அனத்திக் கொடுக்க வரும் தங்கம்ம வழி உறவை விரித்தபோது, ஊர்கூடி பத்திரகாளிக்காட்டிலொரு மாடம் மடக்கித்தந்து கவுரவித்தது. ஆனால் அதுவும் விரைவில் அரச தொடர்பை துண்டிக்க நேர்ந்தது.

ஒரு நகரம் என்பதற்கான அம்சங்கள் எதுவுமே இல்லாமல் வடலியும், புதர்களுமாகக் கிடந்த புளியங்காட்டுப் பிரதேசத்தில் எமிலன் ஐயர் என்ற வெள்ளையன் வந்து ரோடு போட்ட பின்னால், கல்யாணம் கருமாதிகளில் வில்லு வண்டிக்குப் பதிலாக புதிய பிளசர் கார்கள் தென்பட்டன. பனையேறி ஜீவித்தவர்களில் சிலர் வாகனங்களை உபயோகித்து கொல்லம் போன்ற இடங்களுக்கு கருப்பட்டியை ஏற்றுமதி செய்து பணம் சேர்த்தனர். இதனால், அதுவரை தொடர்ந்த பண்டமாற்றுமுறை

உடைந்து, வணிக ரீதியிலான பொருளாதாரம் உருவானது. தேசிய நெடுஞ்சாலை தோன்றியபிறகு தேவாலயம், பள்ளிக்கூடம், ஆஸ்பத்திரி என வசதிபெற்று மனிதர்கள் மாறத் துவங்கினார்கள். பண்டிதமும் மாறிற்று.

சிருங்காரத்தில் பழையவர் சமர்த்தரென்றால், ஆராய்ச்சி யில் புதியவர் மிடுக்கர். 'விளவங்கோடு, வள்ளுவன்கோடு என்பதன் திரிபு' என்றொரு ஆராய்ச்சிக் கட்டுரை எழுதி, அந்த உலகமகா கவிஞனுக்கு இந்த மண்ணில் குடியுரிமை வழங்கிய பெருமை இவருக்கு உண்டு. சிலப்பதிகாரத்திற்கு உரை எழுதிய அடியார்க்கு நல்லார் குறிப்பிடும் தெங்கநாடு தான் இப்போதுள்ள தேங்காய்ப்பட்டணம் என்றும், குறும்பனை நாடுதான் குறும்பனை என்றும் நிறுவியபோது, மக்கள் கோவணங்கட்டிய அந்த முனிவனைத் தங்கள் தாத்தாவாகவும், மாமனாகவும் கருத முற்பட்டார்கள்.

ஒரு அலைபோல கிராமங்களில் பேய் வழிபாடுகளைத் துறந்து பனையேறிகளும், வயல் வேலைக்காரர்களும், கீழ்ச் சாதி என்ற நுகத்தடியில் பூட்டப்பட்ட மிருகங்களாய் உழன்றவர் கள் தங்கள் மானமரியாதைகளை மதம் மாறுவதன்மூலம் பெற்றுவிடலாம் என ஒதுங்கியபோது பலரும் அவரை வற்புறுத் தினார்கள். ஐயர், நேரடியாக வீட்டுக்கும் வந்தார். தனக்காக இல்லாவிட்டாலும், தனது தமிழறிவுக்காகவாவது மதம்மாறச் சொன்னார். பண்டிதர் எதுவுமே பேசாதிருந்தார். இது நடந்த மூன்றாம் நாள் எல்லாருக்கும் நல்ல பிள்ளையாகத் திகழ்ந்தவர் திடீரென்று தோன்றவும், திரியவும், கெடவும் ஆரம்பித்தார். தோன்றும்போது குழப்பமிருக்காது. திரியும்போது ஊறுகாயும் கையுமாக பனையேறிகளைத் தேடி அலைவார். கெட்டுவிட்டால் எங்கேனும் கடைக்காலில் கட்டை நீட்டிக்கொண்டு கிடப்பார். ஒரு வித்தியாசம், தோன்றியபோது கண்ட வேட்டி மாயமாகும். எல்லாரும் மறந்த நிலையில் ஒருநாள், வடிவு என்ற கூத்தியின் வீட்டிலிருந்து கிளம்பிய பாட்டை செவிமடுத்த ஜனங்கள் தங்கள் நினைவுகளைப் புதுப்பித்தார்கள்.

நாகமரத் தோப்புக்குள்ளே
நட்டுகுத்தா வாழக்கா.
எளையகொழுந்தன் இல்லாம நான்
எப்படி எப்படி தாளிக்க?

வேளிமலங் காட்டுக்குள்ளே
வெளஞ்சிகெடந்த வெள்ளரிக்கா.
தேவன்மகன் இல்லாமநான்
தின்னு தின்னு தீக்கவா?

                                   குமாரசெல்வா

ஐயர்தான் அதிகமாகக் கலங்கினார். தான் போகவிருக்கும் பரலோக ராஜியத்தில் கேராபீன்களும், சேராபீன்களும் கிட்டார் வாசித்துக்கொண்டிருக்க, இந்த வட்டாரத்து ஜனங்களுடன் புசிப்பும் குடிப்புமற்று, வாழ்வும் முடிவுமற்று, நித்திய பேரின் பத்தில் திளைக்கும்போது, பண்டிதர் மட்டும் உடனிருக்க முடியாமற் போய்விட்டதே என்று பிரலாபித்தார். சற்றே விடுதலைக் காற்றுடன் பால்பொடியும், கோதம்பு மாவும் காணத் துவங்கிய மக்கள் ஐயரின் தெய்வீக வாக்கில் மகிழ்ந்து, தங்கள் இறப்பைக் குறித்து இன்பங்கொண்டனர்.

பண்டிதரின் கதை இன்றும் பேசப்படுகிறது. அதற்கு சாத்தனும், நாக்கறுந்தான் பனையேறியும் காரணர்கள். பண்டிதருக்காக பனையேற இரவுதோறும் நாக்கறுந்தான் விளைக்கு வந்துபோனார்கள். பழையபுத்திரன் இந்த விஷயத்தில் உடன்படாதது மட்டுமல்ல, பகைத்தும் கொண்டான். பத்திர காளிக்காட்டுக்கு மேற்கே தழுவியோடும் தாமிரவருணிக்கு வடக்கே நாக்கறுந்தான்விளை உள்ளது. காவுமூலையும், நாகப்புற்றுகளுமாகக் கிடக்கும் அப்பகுதியில் பயந்து யாரும் சருவரிக்கக்கூட போகமாட்டார்கள். கோழிகள் மேயச்சென்றால் திரும்பாது. கன்றுகாலிகள் அந்தப் பாதை வழி போனால் போதும், வெள்ளங்குடிக்காமல் நின்று அவஸ்தைப்படும். நல்லுச்சைக்கு ஒரு பெண்ணின் அலறலும், மணி கிலுங்கும் சத்தமும் கேட்கும். தள்ளையத்தின்னி தேவி கைவேலுடன் பதுங்கி பதினான்கு பேரைக் கொன்ற இடம் இதுதான். கூத்துமடம் கார்த்தியாயனியை யானைமேலேற்றி பார்வை தொடும் இடம்வரை பதிச்சு கொடுத்த இடத்தில் இந்த சம்பவம் நடந்தது. பத்மநாபபுரத்திலிருந்து திரும்பிச்சென்ற மகாராஜா, பல்லக்குத் தூக்கிகளின் பாதங்களைத் தடம்மாற்றி, இங்கு வந்தார். குளிக்கப்போன கார்த்தியாயனியைக் காண வைத்திருந்த பார்வை இடம்மாறி, மாடு மேய்த்துக்கொண்டு நின்ற இளையமகளிடம் விழுந்தது. அவளோ பருவத்தின் மனம் கூட வீசாத பால்ய சிறுமி. தனக்கு நேரப்போவது குறித்து அறியாமல் நின்றவளிடம் உபதேசித்த தமக்கை, மகா ராஜாவின் விசாரிப்பினூடே வெளிப்பட்ட ஈனத்தைப் புரிந்து செயல்பட்டாள். சற்றுநேரத்தில் ஒரு பையன் புல்லுக்கட்டோடு நடந்துசென்றான். தயிர்க்காரி ஒருத்தியும் அவ்வழி போனாள். தாமிரவருணி கரை மறிந்து கும்மாளமிட, வேடத்தைக் கலைக்கா மலேயே முட்டளவு பூந்தும் தொழியில் முளங்கூடலை அடைந்த வர்கள், வள்ளத்தை அவிழ்த்து அதனது போக்கில் சென்று கொண்டிருக்க, கார்த்தியாயனியின் குரல் கழுகந்தோப்பினூடே, 'உஷே ...' எனக்கேட்டது. உடுத்திருந்த முண்டை முழங்காலுக்கு

மேல் ஏற்றிக்கட்டியவள், ஒரு வாழைத்தடையை ஆற்றில்போட்டு விரைந்தபோது, இளையவள் பயந்து தமக்கையை இறுகப் பற்றினாள். மனதின் வேகமும், ஆற்றின் பாய்ச்சலும் ஒருசேர, ஆவேசத்தில் வீசிய கார்த்தியாயனியின் பிடியில் மூத்தவளின் கூந்தல் இழுபட்டு வெள்ளத்தில் உருண்டாள். கையிலிருந்த பேய்க்கரும்பு வள்ளத்தைப்பற்றிய அவளது கரத்தை விலக்கியது. மூத்தவள் நட்டாற்றை நோக்கிச் செல்ல, 'அம்மே...' என அலறிய குரலுக்கு முதுகைத் திருப்பிக்கொண்டு கரையேறினாள். அவள் மனதில் மகாராஜா மட்டுமே இருந்தார். நீண்டு ஒலித்த குரல் படிப்படியாகத் தேய்ந்து தாமிரவருணியில் கரைந்துபோனது. தமக்கையின் முடிவால் அதிர்ச்சி மாறாத நிலையில், மறுநாள் காலை தான் ஏறிய பல்லக்கிலிருந்து வீரனொருவனின் வேல்மீது குதித்து உயிர்மாய்ந்தாள். மறு ஜென்மத்தில் தாழ்த்தப்பட்ட குடியில் பிறந்து தாயைக் கொன்ற துடன், தனக்குப் பாதகமானவர்களை அதே வேலால் குலங் கருவறுத்துவிட்டு ஆற்றில் குதித்து தமக்கையுடன் சேர்ந்தாள். குயவர்கள் அவளை சொரூபமாக்கி, பட்டுடுத்தி, கைவேலைக் கையில் கொடுத்து, 'தள்ளையத்தின்னி தேவி'யாக்கி வழிபட்ட பிறகே கிடந்துழைக்க முடிந்தது. பயத்தில்ஆடிப்போன மகா ராஜா, 'அம்மவீடு'செல்வதை அறவே நிறுத்திவிட்டார். ஆண்டு களுக்குப் பிறகு தூரத்தில் மரிச்சினிவிளையில் பல்லக்கு தெரிந்தது. பனையிலிருந்து பார்த்த நாடாங்கண்ணுவுக்கு, 'கெட்டுவித்தை'க்காரர்களுடன் வந்துகொண்டிருந்த மகாராஜா வைக் கண்டு உற்சாகம் பிறந்தது. முதலில் ஊளையிட்டவன், இடையிடையே தள்ளைக்கும் அறுத்தான். பலர், 'வினையை விலைக்கு வாங்காதே' என்று விலக்கிப் பார்த்தனர். அவன் எதிர்ப்புணர்வு அடங்காத ஊளைவழி வெளிப்பட்டது. அதற்குத் தண்டனையாக நாக்கு பறிபோய், நாடாங்கண்ணு, 'நாக்கறுந் தான்பனையேறி'யாக மாற்றம் பெற்றான்.

சாத்தனின் பாய்ச்சி பத்திரகாளிக்காடு தாண்டிவர ஆரம்பித்தபோது, பழையபுத்திரனுக்கும், அவனுக்கும் வழக்கு நடந்தது. தேவிக்கு சொந்தமான இடத்தில் தட்டான்மார் வசிப்பதை அவன் விரும்பவில்லை. தேவி பூச்சூடவரும் முல்லைக்காவை அழித்து மாடம் கட்டவந்த இரவு, பாளை அருவாத்தியை நீட்டினான். காணிக்காரர்களைக் கொண்டுவந்து மந்திரித்து அவன் கையை மடக்கினார்கள். அந்த கோபத்தில் ஆட்டுக்கு குளைஓடிக்க ஆலமரத்தில் ஏறியவனைத் தள்ளி யிட்டுக் கொன்றான். பதறிப்போன தட்டான்மார்கள் எல் லோரைப்போல அவனுக்கும் வழிபாடு செய்ய முன்வந்தார்கள். நாக்கறுந்தான்விளை வரை நீண்ட எல்லையைக் கண்ட

ஆனந்தத்தினாலோ என்னவோ, சாத்தன் அதிகமாக நடமாடத் துவங்கினான். கமுகு பூக்கும் காலங்களில் அது இன்னும் அதிகமாக இருந்தது. இதொன்றும் அறியாமல், பனச்சமூட்டி லிருந்து வரும் கடைசி பஸ்ஸை எதிர்கொண்டு ஒருவன் வழக்கம்போல வந்தான். ஓய்வுபெற்ற ஆசாமிகளில் சிலர் மரத்தடியில் அரட்டையடிப்பது கண்டு, 'இத்திரிபோலக்கூட இருட்டட்டும்' என்றபடி நிற்கவும், திரும்பவும் முடியாமல் அவஸ்தைப்பட்டான். மறுநாள், தேகத்தில் ஒரு துணிகூட இல்லாமல் இருவரும் செத்துகிடந்தனர். அருகே கிடந்த தடங் களைக் கண்ட பழைய ஆட்கள், இது சாத்தனின் அடிதான் என்று உறுதிப்படுத்தினர். வழக்கம்போல அன்றும் திளாப்பை மாட்டி பனையேறினான். பாளை அருவாத்தியும், மிருக்குத் தடியும் பாதைவழி போனபோது எதிர்கொண்டார்கள். சங்கைக் கடித்து இரத்தங் குடித்து வெறியடங்கினான்.

பழையபுத்திரன் பிறப்பதற்கும் சாத்தன் இறப்பதற்கும் முன்னால், எட்டு வீட்டுப் பிள்ளைமாருக்குப் பயந்து மார்த் தாண்ட வர்மா மகாராஜா இங்கு ஒளிக்கவந்தார். கல்லாம் பொற்றையும், வாய்க்கால்களுமாகக் கிடந்த பகுதியில் எண் சாண் உடம்பை மறைத்தவர், காடு நீங்கியபின் அப்பகுதிக்கு தன் பெயர் சூட்டினார். ஆனால், மண் அதை ஏற்கவில்லை. மக்கள் நாவில் இயற்பெயர் நடமாட, மகாராஜா செத்தும் போனார். ஜனநாயக ராஜாக்கள் வந்தார்கள். மார்த்தாண்ட வர்மாவைச் சுட்டுக் கரைத்த சங்கமங்களிலிருந்து உயிரோடு கொண்டுவந்து ராஜபரணம் அமைக்க சிலர் முற்படுகையில், புரட்சிவாதிகளும் அவர்களுடன் சேர்ந்து, 'பெரிதாக எதையும் செய்ய முடியாமற் போனாலும், எங்கள் பங்குக்கு செய்ய முடிந்ததைச் செய்யாமலிருக்கமாட்டோம்' என உறுதி தந்தார் கள். மகாராஜாவும் நல்ல பதவியை எதிர்பார்த்தார். கடைசியில் அவருக்குக் கிடைத்தது பேருந்து பலகையில் உட்காரும் பாக்கியமே. காரல் மார்க்ஸும், மார்த்தாண்டவர்மா மகா ராஜாவும் தங்கள் தலைவர்களின் அயராத உழைப்பால் ஒருவரோடொருவர் கைகுலுக்கியபோது பரவசமடைந்த தோழர் கள், 'இன்குலாப் சிந்தாபாத்! மார்க்ஸ் வர்மா சிந்தாபாத்!' என முழக்கமிட்டார்கள். 'மார்த்தாண்டம்தான் அழகோ அழகு. தொடுவெட்டி என்ன தொடுவெட்டி, அழகாவா இருக்கு. எவம் பெயருவச்சான்?' என மார்க்சிய அழகியல் பேசினார் நகர சபை மகாராஜா. கொஞ்சம்போல கருப்பட்டி யாவாரிகளும், தொழிற்பிரமுகர்களும் தங்கள் வணிக லாபங்களை உத்தேசித்து வழிமொழிய, மகாராஜா மறுபிறவி எடுத்த பலனையும் அடைந்துவிட்டார். அருவருப்பென்று

யார் கண்ணிலும் அகப்படாமற்போனது, 'தட்டாக்குடிஎறக்கம்' மட்டும்தான். ஒருகாலத்தில் அது அரச சஞ்சாரத்திற்கு உட்பட்ட தாக விளங்கியது. ராஜமாதாவின் மூக்குத்தியில் கல் பொறிக்க வேண்டுமென்றாலும், மகாராஜா அவர்களைத்தான் நாடுவார். கோலப்பன் ஆசாரியைக் கேட்டால் சொல்வான் – அவன் தான் நமது புதியபுத்திரன் – மகாராஜாவைக் கண்டதும் மூப்பிலான், நெடுஞ்சாண் கிடையாக நமஸ்கரிப்பாராம். தங்கக் கிண்ணியில் அவர் மீதிவைத்த பாலமுதை, புனித சாக்கிரமந்தை உள்ளே தள்ளும் பாதிரி போல அனைவரும் பகிர்ந்து, பயபக்தியுடன் அருந்துவார்களாம். காலப்போக்கில் ராஜ துரோகம் பழையபுத்திரன் வழி வந்து சேர்ந்தது. அவனொன்றும் சுத்தரத்தக்கம்மாளனல்ல. ஏராளம் நிகோடி னும், ஆல்கஹாலும் அவன் இரத்தத்தில் கலந்து ஓடிக்கொண்டு தான் இருந்தன. தனது கைவேலைப்பாடில் மயங்கிய ஒருத்தியை பிரதிலோம மணம் செய்தபிறகு கொஞ்சநாள் ஒழுங்காக இருந்தான். அவள் வயிறு திறக்காமல்போக, மீண்டும் பாட்டில் களைத் திறக்க ஆரம்பித்தான்.

ஒரு வைகாசி மாதம். நிலாமுற்றத்தில் தன்மடியில் படுத்திருந்த மகாராஜாவிடம் மகாராணி, தான் உண்டாகி இருப்பதை இறைபயந்தாள். மறுநாள் பழையபுத்திரனை அணுக, நாலே நாளில் அழகிய மணியாரமொன்றை அரச சமூகத்தில் ஒப்புவித்தான். ஏழு நாட்கள் மகாராணியின் வளப்பமான தனங்களில் அது சோபையுடன் புரண்டது. எட்டாம் நாள் திருவெட்டாற்றில் சேடிகளுடன் ஸ்நானம் செய்தவள், மாலையில் ஏற்பட்ட மாறுதல்களைக் கண்டு தெரிவித்தாள். மகாராஜா அனுப்பிய சேவகன் மூலம் பழைய புத்திரன் தலைமறைவான செய்தி கிடைக்க, படைகள் பறந்தன.

பௌர்ணமி கரைந்து ஒழுக, பத்திரகாளிக்காடு அரை மயக்கத்தில் ஆழ, மாக்கான் தின்ன சாரைபோல சுருண்டுக் கிடந்தது தாமிரவருணி. அவன் அமர்ந்திருந்தான். ஆனால் இவனைப்போல நதியிலும் நிலவிலும் மனதைக் கொடுத்தல்ல, பரபரப்புடன். இரவின் நீட்சியில் தற்காலிக மீட்பு கிடைத்தது போல இருந்தாலும், மறுநாள் காணும் உலகை எண்ணிய பயத்துடன். கடவுகளில் ஆளனக்கம் கேட்டது. எழுந்து பார்த் தான். யாரும் இல்லை. மெல்லக் கண் மசவியதுபோல இருக்கும். உரத்த குரலில் அவனைப் பார்த்து யாரோ சிரித்தார்கள். பிறகொரு தணுத்த காற்று. குலை நடுக்கம் கொள்ள தலையை ஆலமரத்தில் சாய்த்தவாறு கண்களைத் திறந்தான். தூரத் தெரியும் கழுமரஉச்சி பற்களைக் காட்டியது. திரும்பவும்

கண்மசகல். எங்கோ சலங்கை ஒலி. கண் திறந்தால் யாருமில்லை. மறுபடி பாட்டின் முனகல். எழுந்து ஓடத் தோன்றியது. ஆனால் எங்கே?

அவன் தோளில் யாரோ கைபோட்டார்கள். ஆலமரம் மெதுவாக, ஆனால் உறுதியுடன் இழுத்தது. தொடுகையில் கல்லும், மரமும் சேர்ந்திருந்தது. இப்போதைக்கு மரமாவதே நல்லெனத் தோன்றியது. எந்த மறுப்புமின்றி நடந்தான். நாக்கறுந்தான்விளை வரைக்கும் வந்திருப்பார்கள். மேலே நகர முடியாதபடி கால்கள் இழுபட்டன, அவன் பூமிக்கு கீழே கொண்டுசெல்லப்பட்டான். அறையொன்று திறந்துகொண் டது. சுவரில் சிவப்பு வெளிச்சம் நிழலாட, அவன் பட்டறைக்குப் பின்னால் அமர்ந்து மூசுபோடும் இடம்போல இருந்தது. தூரத்தில் ஒருவன் எருமைமீது வந்துகொண்டிருந்தான். அவன் கையில் ஒரு பொதி இருந்து காட்டியது. யாரென வினவும் பாவத்தில் நிற்கும்போது, அதைத் தனது கையில் போட்டு விட்டுப் போய்விட்டான். ஒருகணம் குலைந்து மீண்டும் நிலைக்கு வருகையில், அவன் வேகம் தூரத்தில் கடலின் இரைச்சல் போலக் கேட்டது. மேலே மூடிஇருந்த துணியை அவிழ்த்தான். உள்ளே ஒரு அடுக்கு கரிஇலைகொண்டு பொதியப்பட்டிருந்தது. விலக்கிப் பார்க்கையில் தீயுடன் கலந்த நிறம் பட்டுத் தெறித்த வண்ணத்தில் ஒளி உருகி வழிய, வித்தியாசமான வடிவிலொரு குத்துவிளக்கு. நொடியில் அந்த அறை கோயிலாக மாறியது. வழிபாட்டாராதனை கேட்ட விழிப்பில் விளக்கு கைபறிய குனிந்து எடுக்கப் போகும் போது அக்கினி தொட்டதுதான் தாமதம், அவன்முன் ஒருத்தி மாயமாய் நின்றாள்.

அவளைக் கண்ட ஞாபகமும் உண்டு. ஆள் இன்னார் தானா என்று சந்தேகம். சுழன்றும், துள்ளியும் அவள் ஆடிய ஆட்டம் அதை இன்னும் மிகுவித்தது. அவள் புன்னகைத்தாள். அது புன்னகையா? அவன் ஈரலைத் தோண்டி எடுப்பது போல இருந்தது. அதில் தென்பட்ட விஷமம் அடையாளங் காட்ட, அடிவயிற்றிலிருந்து அந்தப் பெயர் புறப்பட்டு வந்தது.

"சுமித்திர ..."

அவள் மேலும் புன்னகைத்தாள். அது சத்தமில்லாத சிரச்சேதம். அவன் வாய் குழறியது. 'ஒன்ன நான் மறக்கல்ல.' அவள் எதாவது பேசினால் கொள்ளாம்போல இருந்தது. 'இங்க எப்படியாக்கும் நீ?' என்றான். அவள் பேசத் தயாரானது ஆசுவாசம் தந்தது.

"இங்க நான் வரல்ல, நீதான் வந்திருக்க."

அவள் பேசாமலே இருந்திருக்கலாம். அந்தக் குறிப்பும், குரலும் இவனை மேலும் குற்றவாளியாக்கியது. அந்த இடத்தி லிருந்து தப்பினால் போதுமென்று நினைத்தான். எப்படி அவன் மனதிலிருப்பதைக் கண்டுகொண்டாளோ? 'சும்மா ஒண்ணும் இங்க இருந்து நீ போக முடியாது' என்றாள். இதென்பாடு? சும்மா உன்ன விடமாட்டேன் என்பதன் தூரத்து பொருளல்லவா இது. அவள் முகத்தை தயவுடன் நோக்கினான். இப்போது உணர்ச்சிகள் சரியாகத் தெரிந்தன. வயிற்றுப் பிள்ளையுடன் குளத்தில் விழுந்த அவளைத் தெங்கம் ஓலையில் கிடத்தி இருந்தார்கள். கடைசிவரை ஊருக்குத் தெரியாமற்போன அந்த உறவைப்போலவே, அவள் வயிற்றை யும் கூறுபோட்டு இரண்டாக அடக்கினார்கள். பதினாறுக்கு, தெரியாமல் அவ்வழி போனான். வீட்டுக்குள்ளே கிழவி இருந்தாள். சுமித்திரையைக் கிடத்தி இருந்த பொத்துப்பாயின் தலைமாட்டில் விளக்கிருந்து எரிய, இனி அழுகையோ, சோகமோ வெளிப்படாதபடி வற்றி இருந்தது முகம். நினைவில், அவன் தாயார் கேட்டது விழுந்தது. 'நம்மபிருந்து ஒரு சாம்பாத்தி வயிற்றிலயாலே வளரணும்?' அதை இப்ப யோசிச்சி பிரயோ ஜனமே இல்ல. ஏலாக்கரையில குடிச்சி லம்பீட்டு நிற்கும்போது புல்லுக்கட்டை தலையில் தூக்கி வச்சித்தர விளிப்பாள். ஒரு நாளு ஆசாக்கி கொண்டு வந்து மரிச்சினி படப்புக்கு இடையில தொவர்த்த விரிச்சி கெடத்தி ...

அவன் பயந்தவாறு கேட்டான், 'ஏன் அப்பிடி சொல்லிய?'

"நீ தந்தது போராது. எனக்கின்னும் வேணும்."

"என்ன தந்தது?"

"தெரியாதாக்கும்?"

அவன் பேசாமல் நின்றான். அவள் முகம் பயங்கரமாகியது. 'கிட்டவா! இஞ்ச தொட்டுப்பாரு. இப்ப ஆறுமாசம்.' கைகளைப் பிடிக்க அருகில் வந்தாள். அவன் தூர விலகினான். அவள் கேட்டுக்கொண்டே இருந்தாள். அவனுக்கு எரிச்சலாய் இருந்தது. 'எனக்கிட்ட ஒருமண்ணும் இல்ல' என்றவன், பேச்சை முறிக்கும் தொனியில் நழுவப் பார்த்தான். அவள் சிரித்தாள். கோயில் சுவர்களில் பட்டு அது எதிரொலித்தது.

"மண்ணு வேண்டாம். எனக்க வயிற்றில இருக்கியதுக்கு நிறைக்கு நிறை பொன்னு வேணும். தருவியா?"

"எனக்கிட்ட யாது பொன்னு?"

"இருந்தா தருவியா?"

அவன் குடிநீர் இறக்கியபடி கேட்டான், 'எங்க இருக்குது?'

"ஒனக்குத் தெரியாதா?"

அவன் பேசாமல்நின்றான்.

"ஒரு அளிப்பான் கதை போடுகேன். அளிப்பியா?"

"ஓ."

"தூலிக்கழுத்தில் இல்லாத்த சொர்ணம்
சோத்துப் பானைக்க உள்ளால.
குமரிக்கு கேட்டாலே கும்மாளம்.
கூடக் கெடந்தவன் கம்மாளன்."

அவன் நிற்கமுடியாமல் தடுமாறினான். 'படக்கு! படக்கு!' என அடித்தது நெஞ்சு. 'இதெப்படி இவளுக்குத் தெரிஞ்சுது?' எனப் பல தடவை தனக்குள் கேட்டான். மகாராஜாவுக்கு மாயநிறம் பூசிக் கொடுத்துவிட்டு, சொக்கதங்கத்தைப் பானையி லிட்டுப் புதைத்த ஏத்தன்வாழைமூட்டிற்கு மனம்தாவ, பொத் தென தலையில் விழுந்த திரவம் போன்ற பொருளில் எல்லாம் கலைந்து எழுந்தான். அவன் முன் தாமிரவருணி பழையது போல சுருண்டு கிடந்தது. தலையில் பறவை எச்சம் நாற்றத்துடன் வழிய, நிமிர்ந்தான். மேலே உக்கிலிருந்து சிரித்தது. அவன் கோபம் வெயிலைவிட உக்கிரமானது. சுள்ளிப்புதர் கை கொடுக்க மரத்தில் ஏறினான். உக்கிலு வேறு கிளைக்குத் தாவியது. இலைகளின் மறைவில் சற்று நேரம் காணாத தவிப்பில் ஏறிட்டபோது, கூட்டின்வழி வால்மட்டும் நீண்டு கொண்டிருந்தது. வசமாக அகப்பட்டதென்ற வைராக்கியத்தில் நெருங்குகையில், மரத்தின் அசைவு தந்த உணர்வில் அது பறந்து சென்றது. கூட்டைக் கலைக்க நினைத்தவன் லயித்தான். அவன் கண்ணுக்கு கையடக்க வடிவில் ஓரிலை. அதற்குள் உலகம். 'இதுதான்! இதுதான்!' என்று மனம் சொல்ல, நீரில் குதித்தான். நீந்திச் சென்றவனின் கால்கள் பறப்பதுபோல சுகமாய் இருந்தது. ஒரு தாமரைப்பூவை அடத்து, இலையை வைத்து தூக்கிப் பிடித்தான்.

குமுறியெழுந்து, ஓசைகள் அடங்கி, பின்னும் குமுறி எழ, மனித தலைகளிலிருந்து உயர்ந்தபடி யானைகளும்

முத்துக்குடைகளும். மகாராஜா கோயில் பிரகாரத்தில் வந்துவிட்டார். பட்டத்திக்கடவு புனலாட்டத்திற்காய் காத்திருந் தது. கரைகள் வாவுபலியில் புகைய, பத்திரகாளிக்காட்டி லிருந்து சாத்தன் எழுந்தான். தள்ளையத்தின்னி தேவி கண் திறந்து பார்த்தாள். நீந்தமாட்டாமல் வெள்ளத்தை எதிர்த்து வரும் ஒரு கையும் தலையும் தாமரைப் பூவும் தென்பட்டன. வருஷந்தோறும் ஆடி அமாவாசையன்று, இதேநாளில், தன்னை நோக்கி அழும் தமக்கையின் குரலையும், தோன்றலையும் நினைத்து உதவ எழுந்தாள். தூக்கி கரையேற்றிய பிறகுதான் ஆண் தேகமென்று தெரிந்தது.

பழையபுத்திரன் தேவியிடம் பவ்வியமானான். அவள் மறுபடி கூறாது முகத்தைக் கடுப்பாக்கி உருவமானாள். பயபக்தி யுடன் தாமரைப் பூவை அவள் பாதங்களில் சாத்தியபோது, அவன் கண்கள் கலங்கி இருந்தன.

"தாயே! ஒம்மொவன் வந்திருக்கேன். என்ன ரெட்சிச்சா கெழமதோறும் கிடாவெட்டி பொங்கால வைப்பேன். ஒன் நலங்கெடுத்த பாவியளெ கருவறுத்த அதே வேலைக் கொடுத்து என்னக் காப்பாத்துடி."

அவன் புஜங்கள் வீங்கின. ஆவேசம் வந்து கைவேலைத் தொடையில் பாய்ச்சினான். பெருகிய குருதியினூடே காயத்தில் இலையைச் சொருகியவன், இரத்த மண்ணெடுத்துப் பற்றுப் போட்டான், கொஞ்சங்கொஞ்சமாக சக்திபிறக்க, உயரத் துவங்கியது பாதம். எம்பிக் குதித்தவன் தோப்புக்குள்ளே நடனமாடினான். ஆடிய வேகத்தில் கவிகள் கட்டிப் பாட்டுப் பாடினான். வாழைகள் குலையோடு மண்ணில் சாய்ந்தன. தெங்கம்பிள்ளைகளைத் தலைக்குமேலே சுழற்றி எறிந்தான். கள்ளுப்பானைகளைக் கழுத்திலும் தோளிலுமாக கட்டியபடி அரைப்பனையிலிருந்து கீழே குதித்தான். அவன் பாதம் பூமியின்மேல் நின்றதாயும் ஊளையிடும்போது வாயில் அக்கினி புறப்பட்டதைக் கண்டதாயும் சிலர் கூறினார்கள். மனிதப் பிறப்பிலிருந்து உயர்ந்த அவன் கழுத்து ஆகாசம் வரை சென்று எட்டியது. அதிலிருந்து உலகைப் பார்த்தபோது எல்லாமே சின்னதாகத் தெரிந்தது.

'பதர்களே ...' எனக் கூவினான். பத்திரகாளிக்காடு வரை எதிரொலித்தது. எழுந்து வந்த சாத்தன், கிலி பிறக்க தன்னிடம் அடைந்து கண்களை மூடினான். 'பதர்களே... ராஜா எவண்டா?' கேள்விக்குத் தகக் கைவேல் உயர்ந்தும் தாழ்ந்தது. சூழ வந்த வீரர்கள் திகைத்து நின்றனர். 'பதர்களே ... சொல்லுங்கள்!

ராஜா எவண்டா?' வீரர்கள் பேசவில்லை. 'தெரியாவிட்டால் தெரியுங்கள், நானே ராஜா!'

வேலை எறிந்த வீரர்கள் அவனைக் கும்பிட்டார்கள். அவர்கள் தலை குனிந்திருந்தது. மன்னித்ததற்கு அடையாள மாகவும், சாகசத்தை தொடரும் வகையிலும் எம்பிக் குதித்த படி நடந்தான். முதல் தடவை இலகுவாக பூமியைத் தொட்ட பாதம், அடுத்தொரு சிறிய புல்தடுக்க விழுந்தான். மண்ணை முத்தமிட்டுக் கிடந்தவன் எழும்புவானென்று காத்திருந்தனர். சிலர், இதுகூட ஆசானின் அடவாக இருக்குமோ? என்ற பாவனையில் பார்த்தனர். ஒரு கிழவி அவனது பாதத்தை தொட்டுக் கும்பிட்டாள். நாழிகையாகியும் அனக்கம் இல்லா தால் வீரர்கள் நெருங்கினர். தூக்கி நிறுத்தியபோது, உடுதுணி பூமியில் ஒட்டிக்கொண்டது. வாய்களைப் பொத்தினார்களே தவிர, கண்களை விலக்கவில்லை பெண்கள். தாமிரவருணியின் குளிர் மாருதம் முகத்தில் பட்டதும் விழித்தவன், கையினின்று தெறித்த வேலை எடுத்தான். விளைக்கு நடுவே வந்தவன், அனைவரது ஆரவாரங்களுக்கு மத்தியில் மறுபடியும் பூமியில் குதித்தான். குதித்த வேகத்தில் எல்லோரையும் தாழ்த்திவிட்ட பாவனையில் பறக்க கைகளை விரித்தான். சுருண்டு விழுந்தது. காற்றை மிதித்து ஏற முயன்றான். தரையில் மோதித் துவண்டன கால்கள். அவன் சலனமெல்லாம் கணத்தில் நிலைக்கு வந்தது. புழுவைப்போல எல்லோரும் தன்னைப் பார்ப்பது கண்டான். அவன் தேகம் தணுத்தது. இதுவரை செயல்படாது நின்ற மண்டைச்சோறு அனுங்கியது. ஓடினான்; அடைக்கலத்தை எதிர்பார்த்து. ஆற்றில் நீந்துவது பாறையில் மிதப்பது போன்ற உணர்வில் தொடை வலித்தது. கரையேறி மூச்சிரைத்தவன், அதற்குள் வீரர்கள் சூழ்ந்ததை எதிர்பார்க்கவில்லை. கடைசி நம்பிக்கையை சாத்தன் மேல் வைத்து, கையில் கனத்த வேலை எறிந்தான். ஆலமரத்தில் தைத்து நின்றது; காயம்வழி குருதி யொழுக, கழுமரம் உரத்த குரலில் சிரித்தது. மேலே பார்த்த போது உக்கிலு. இப்போது யார் சிரிப்பதென்று விளங்கவில்லை. காயத்திலிருந்து இலையை உருவி, உக்கிலு நோக்கி கெட்ட வார்த்தைகளோடு வீசினான். காற்று தாங்கி வலையான் கூட்டில் குடியமர்த்தியது. சாத்தன் உறைந்த கல்லின் முன்னால் கும்பிட்டபடி விழுந்தவன், விழுந்தவன்தான்.

மறுநாள் வைகறையில் கழுவிலேற்றப்பட்டான். உயிர் பிரியும் வரை தன்னை இரட்சிக்காத இலையையும், சாத்தனை யும், தள்ளையத்தின்னி தேவியையும், உக்கிலையும், ஆலமரத்தை யும் அபவார்த்தைகளால் பாடிக்கொண்டே இருந்தான்.

பூவாலஞ் தேட்டுமீனும், பொன்னுகட்டிச் சம்பாநெல்லும்
கள்ளத் தேவிடிக்கு கவளம் வப்பேனே ...
பொன்னுபோல நெய்யுருக்கி, பூளபோல பூசெவக்க
பனையேறி சாணானுக்கு படச்சி வப்பேனே ...
அறும்பாதம் இல்லாத்தவன் செஞ்சிவச்ச அழிவினையில்
தேயவழி செஞ்சானே, தெக்கோட்டு போனேனே ...
காடியும் காய்ச்சிவச்சி, கருவாடும் சுட்டுவச்சி
காடிகுடிக்கு முன்ன பயலக் காப்பாத்து.

○

புதியபுத்திரன் எழுந்தான். சிவந்த கிரணங்களில் பனித்
துணுக்குகள் ஒளிரும் வலையான் கூட்டை அறுத்தான்.
எங்கோ ஓடி ஒளிந்தது சிலந்தி. இலையை உள்ளும் புறமும்
ஆராய்ந்தவன், அமைதியாக உள்ளங்கையில் பொடித்தான்.
பீடியில் திணித்து இழுத்தபோது பறந்தான். பழையபுத்திர
னுக்கு முளைக்காத சிறகு இவனுக்கு முளைத்தது.

பூக்கள் சிரிக்கின்றன; வெயிலும் சிரிக்கிறது. கண்ணுக்கு
அப்பாலும் வெளிகள் சிரிக்கின்றன; காலமும் சிரிக்கிறது.
இயற்கை சிரிக்கிறது. பழையபுரத்திரனும் சிரிக்கிறான். என்ன
மாயம் இதுவென்று ஆலமரம் திகைக்கிறது. மூப்பு நீங்கிய
தாமிரவருணி காலில் சலங்கை கட்டி ஆடுகிறது. அவன்
விடும் புகை கழுமரத்தின் சிரசு வரை எழுந்து மறைகிறது.

●

சீடைகள்

பவுலோஸ் ஒருமாதிரியாக எஸ்தரைப் பார்த்தான்.

முன்னொரு காலம் துண்டுபடாது கிடந்ததும், அன்னிய தெய்வங்களையும், விக்கிரகாராதனைக்காரர்களையும் விட்டு விலகி இயேசுவை சொந்த ரட்சகராக ஏற்று நாற்பது சென்ட் நிலத்தைக் காப்பாற்றிய பால்மணி கொத்தனாருக்கு உடைமையானதுமான விளையின் ஒரு பகுதியை மத்திய அரசு ஆக்கிரமித்துக் கொண்டது போக, மீதியில் அந்த ஜெபப்புரை எழும்பி நிற்கிறது. அதில் ரெண்டுவருஷ காலமாக கர்த்தருக்குள் ஊழியம் செய்துவரும் பவுலோசுக்கு, பரிசுத்த மணவாட்டியான எஸ்தர், இன்னமும் எட்டாமலேயே இருந்துவருகிறாள். எவ்வளவோ முயற்சித்தாயிற்று, பலன்தான் இல்லை. பொறுக்கிய பாய்களை சத்தத்தோடு வீசினான். இப்போதைய முயற்சி இது. அவளோ, கொட்டின்வாரைத் தளர்த்தி ரெண்டு தட்டுதட்டி வைத்துவிட்டு, பாட்டுப் புத்தகங்களைப் பேணுகிறாள். யாருக்கோ சொந்தமான சௌவாய்ப்பசை ஒரு புத்தகத்தின் அட்டையில் சம்மண மிட்டுக் கொண்டிருக்க, 'பிசாசு! பிசாசு!' என்றாள். நாவில் ஸ்தோத்திரம் நடமாடாத நேரங்களில், கொஞ்சம் லேகியோன்களுக்கும் வாடகை விடுவதில் தவறு இல்லை என்பது அவள் கொள்கை. தன்னைக் குறிப்பிடுவதாக நினைத்துப் பதறிவிட்டான் பவுலோஸ். ஓ... ஜீஸஸ் ஹாலலூயா !

இருபதுக்குள் அடங்கும் வீடுகளைக்கொண்ட அந்த கிராமத்தில் இருபத்தெட்டாவது பெந்தெகோஸ்தே மிஷனாக இயங்கும் இயக்கம் அது. கிறிஸ்துவின் மண வாட்டிகள் போட்டிபோட்டுக் கொண்டு பரலோகம்

செல்ல மனிதகுல இரட்சிப்பை இங்கு மொத்தமாக இன்ஷ் யூரன்ஸ் பண்ணி வைத்திருக்கிறார்கள். நாலுவேளை போஜனத் தையும், கைநீள அங்கிகளுக்கு சலவை செலவையும் கர்த்தர் பார்த்துவிடுவதால் கவலை இல்லை. காதில் அழுக்கெடுப்பதும் பிஸ்னஸாக இருந்து வரவு வந்தா, அதையும் மனிதன் விட்டு வைப்பானா என்ன?

பால்மணிக் கொத்தனார் – தற்போது கண்டிராக்காக பிரமோஷன் – மாட்டுத் தொழுவம் கட்ட நாலு கம்புகளை நட்டு பத்து மட்டை ஓலை முடைந்தபோது இரட்சகர் அவரிடம், 'உன் மாட்டுத் தொழுவத்தை மீண்டும் ஒருமுறை பிறந்துவர எனக்குத் தரமாட்டாயா?' என்று கேட்டார். அதிகாலையி லேயே கழுவாத வாயுடன் கர்த்தரின்தாசன் தேவதாசன் பிரசங்கியைத் தேடி ஓடினார். அவர், 'ஆபிரகாமின் ஒரே வாரிசு நீதான்' என்ற நற்சான்று பத்திரத்துடன், தனக்கு கீழிருக்கும் அறுபது பிராஞ்சுகளில் அறுபத்தொன்றாக இதை ஓப்பன் பண்ணினார். 'ரெயில்வே இலாகாவினர் அளப்பதற்கு முன் நிகழாத கர்த்தரின் பேசுதல், தனது ஐம்பத்தாறு சென்ட் பூமிக்கு ஆபத்து என்றபோது தான் நிகழ வேண்டுமா?' எனப் பாவிகளில் சிலர் வேலை மெனக்கெட்டுப் பேசியதை யாருமே சீரியஸாக எடுக்கவில்லை. ஆபத்துக் காலத்தில் அல்லவா தன்னை நோக்கி கூப்பிடச் சொல்லி இருக்கிறார் கர்த்தர்.

ஒரு மேஜை. தையல் வாத்திச்சி மரியா விரிப்பு தச்சிப் போட்டாள். கருப்பட்டி பிஸ்னஸில் கொடி கட்டிப் பறக்கும் தங்கமணி நாடாரின் உபயம் ஒரு டைம்பீஸ். பிறகு கொஞ்சம் தடுக்குப் பாய்கள். பிரசங்கத்தின்போது பாஸ்டருக்கு தண்ணி குடிக்க வெள்ளி கூஜா. மொத்தத்தில் முன்னூறு ரூபாய்க்குள் துவங்கப்பட்ட ஆத்தும ஆதாய நிலையம் – காதோடு காதாகச் சொன்னால் இரட்சிப்பு பிஸ்னஸ் – இன்று ரெண்டு மாடிக் கட்டிடம், பாஸ்டர் பங்களா, ஊழியம்செய்ய சபை அவருக்கு வழங்கிய புல்லெட், பம்புசெட் பதித்த கிணறு, ஞாயிறு தோறும் தனது இருப்பைக் காட்டிக்கொள்ள ஜெபப்புரையின் தலையிலிருந்து, 'இயேசுவே உம்மை நான் துதிப்பேன்! துதிப் பேன்!' எனப்பாடும் குழல் வடிவ ஒலிபெருக்கி; இதெல்லாம் தசமபாகத்தில் கறாராக இருந்ததால்தான் குவிந்தன என்பது பலருடைய அபிப்பிராயம். ஆனால் மசாலைக்கடை. இஸ்ரேல், 'ஒண்ணாம் பணக்காரன் தங்கமணி நாடாரப் பாரும் ஓய், கூடிப்போனா கன்வென்ஷனுக்கு ஒரு காளவண்டி மணல் அடிப்பாரு. இந்த கூலிக்கார பயக்கதான் மரிச்சினி வெட்டை யும், பனையேற்றையும் மறந்து ராப்பகலா இவனுகளுக்கு

                                    குமாரசெல்வா

செத்து, பரலோகத்தில ஃபஸ்ட் கிளாஸ் டிக்கெட் புக் பண்ணு காணுக. இவம்மாரு தசமபாகம் எம்பிடு சேரும்ணு நமக்குத் தெரியாதா? ஃபாரின் துட்டு சோறு போடுதுவேய்' என்பான்.

பாஸ்டர் வேதமாணிக்கம் ரெண்டு பெண்டாட்டிக்காரர். கி.பி., கி.மு. போல இ.பி., இ.மு. (இரட்சிக்கப்பட்ட பின்பு – இரட்சிக்கப்படும் முன்பு) இவர் வாழ்க்கை வரலாறு. இ.மு.வில் செய்த குற்றத்திற்கு எப்படி நான் இ.பி.யில் பொறுப்பேற்க முடியும்? என்பது இவரது வாதம். சபையில் சாட்சி சொல்லும் போது இரண்டு பெண்டாட்டிகளையும் வசீகரித்ததையும், மாமனாரிடம் சவால்விட்டு ரெஜிஸ்டர் ஆபீசில் நுழைந்ததையும் ஜமாய்த்துத் தள்ளுவார். பெண்கள் வெளிக்காட்டாவிட்டா லும் ஆளு மிடுக்கன்தான் என்று மனதில் நினைத்துக்கொள்வ தாக அவருக்குள் ஒரு சங்கல்பம்.

ஆரம்பத்தில் இன்னொரு ஐக்கியத்தில் இருந்த ஜெய்சிங்கை யும், தேவதாசன் பிரசங்கியையும் தனக்குள் கொண்டுவந்து ஒன்றாக்கியவர் பாஸ்டர் வேதமாணிக்கம். கொஞ்சநாள் ஒரே கோப்பையில் ஹார்லிக்சும், ஆரஞ்சு ஜூசும் குடித்தார் கள். ஜெய்சிங் ஆத்துமாவைத் தொடும்படி பேசுவதில் வல்லவன். அது பேச்சா? அழுகையா? எனக் கண்டுபிடிக்க முடியாதபடி இருக்கும். அவன் பின்னால் ஒரு கூட்டம் பேர் திரண்டதும் தகராறு வலுத்தது. தனியாகச் செயல்பட ஆரம்பித்தவன், தேவனின் நடத்துதலால் இன்று இவர்களைவிட செல்வாக்கு பெற்றுத் திகழ்கிறான். தேவதாசன் பிரசங்கிக்கு ஒரே வருத்தம். 'மேனிமினுக்கி கள்ளன். கஞ்சா அடிச்சிட்டு டதிஸ்கூல் பக்கம் பழிக்கெடை கெடப்பான். ஒரு குட்டியள வழி நடக்க விடுவானா? இதினிமித்தம் எத்தன அடிக்கேசுகள வலிச்சுப் போட்டான். இவனத் திருத்தி எடுக்க நான் பட்டபாடு. இப்போ, தேவனுக்கு விரோதமா ஊழியம் செய்யறான். ஆண்டவரு எவ்வளவு தூரம் அவன் கயிற நீளவிட்டுக் கொடுப் பாருண்ணு நானும் பார்க்கத்தானே போறேன்.'

யாரு என்னதான் சத்தம் போட்டாலும் ஜெய்சிங்கை அசைக்க முடியாது. அந்த அளவுக்கு தாய்க்குலங்களின் அமோக ஆதரவு அவனுக்கு உண்டு. அதைத் தொடர்ந்து தக்கவைப்பதில் வெற்றி பெற்றுக்கொண்டே இருந்தான். ஐந்தாறு மைக்குகள் முன்னால் நிற்க, கோட்டும், சூட்டும் மாட்டிக்கொண்டு ஒரு கையில் திறந்த வேதாகமமும், மறு கையை வானத்தைநோக்கி உயர்த்திக்காட்டியும் போஸ் கொடுத்த கன்வென்ஷன் போஸ்டர்களைப் பெண்களின் கண்படும் இடங்களில் எல்லாம் காசு கொடுத்து ஒட்ட

வைப்பான். பேப்பரில் விளம்பரமும் செய்வான். ஆவிக்குரிய கூட்டமென்றும், முழு இரவு ஜெபமென்றும் நடத்தி, மக்களை மயக்கி, மயங்காதவர்களை இயேசுநாமத்தில் மிரட்டி வியா பாரத்தை வெகு ஜோராக நடத்திக்கொண்டிருந்தான். ஒரு சுக்கிர தசையில் கொழுத்த பணக்காரன் நீலசிவலிங்கத்தின் மகளை இரட்சிக்கப்பட வைத்து மணம்முடித்தான். ஊழியத்தில் வரும் பணத்தை பிஸ்னஸில் போடவே இந்த இரட்சிப்பு சமாச்சாரங்களெல்லாம் என்பதை அறியாத அவனது ரசிகப் பெருமக்கள், புற சாதியார்களைத் தம்மிடம் அழைத்துக் கொள்ள தேவன் அருளிய வாக்குத்தத்தம் இதுவென்று உணர்ச்சி வசப்பட்டார்கள். 'குங்குமம் டிரேடர்ஸ்' பெயர் மாறி 'தங்கம் டிரேடர்ஸ்' ஆயிற்று.

அவன் ஜெபப்புரை சர்க்கஸ் கூடாரம் போலவோ, டூரிங் டாக்கீசு போலவோ இருக்கும். அவற்றிற்கு ஆறு வாசல்கள். ஒவ்வொன்றிலும் ஒவ்வொரு பெரிய டப்பாக்கள். உள்ளே செல்பவர்கள் ஆவியில் நிரம்பி வழியத் தவறினாலும், ஞாயிறு தோறும் அந்த டப்பாக்கள் காசுகளால் நிரம்பி வழியத் தவறுவதே இல்லை. இப்போது கேரளாவிலிருந்தும் ஆட்கள் வந்துபோகத் துவங்கி இருக்கிறார்கள். வானொலியில் குறிப்பிட்ட அலைவரிசையில் அவனது பேச்சு வாரத்திற்கொரு முறை ஒலிபரப்பாகிறது. தனது பாடல், பிரசங்க ஆராதனை களை வீடியோ கேசட்களாகவும் வெளியிட்டிருக்கிறான். அதன் வாழ்த்துரையில் பைபிளையும், உபநிடதங்களையும் ஒப்பிட்டுப் பேசுவதில் வல்லவரான இடிமுழக்க கிறித்தவ பிரசங்கி சாது. தங்கப்பா அவனுக்கு, 'கிறித்தவ தமிழ்த்தூதுவர்' என்ற பட்டத்தையும் சூட்டி இருக்கிறார். தேவதாசன் பிரசங்கி யின் பொறாமைக்கு கேட்கவா வேண்டும்? தனக்குத் தெரிந்தவர் களிடம் அவனைக் குறித்த மர்மங்களை வெளியிடத் துவங்கினார்.

ஜெய்சிங், வழக்கமாக கூட்டம் முடிந்ததும் வியாதியஸ் தருக்கு ஜெபிப்பான். ஆண்களும், பெண்களும் தனித்தனியே நிண்ட கியூவில் நிற்பார்கள். அந்த ஆளரவமற்ற அமைதியில் இவனது குரல் ஓங்கி ஒலிக்கும். ஆண்களை ஜெபித்து விரட்டி விட்டு பெண்கள் வரிசைக்கு வருவான். தத்தம் மனைவி, சகோதரிகளை எதிர்பார்த்தவாறு ஆண்கள் ஜெபப்புரைக்குப் பின்புறம் கொட்டகையில் நிற்பார்கள். சுவரோடு சாய்ந்து இடக்காலை ஊன்றி, வலதுகாலை மடக்கி, கால் முட்டு எதிரே நிற்கும் பெண்ணின் அடிவயிற்றில் படும்படி வைத்து, அவள் தலையை இறுகப்பற்றி, கையையும் காலையும் அசைத் து சைத்து ஜெபம் பண்ணுவான். இதைப் பரவ விட்ட நேரமோ

என்னவோ, அதுமுதல் தனது ஜெபப்புரைக்கு ஒழுங்காக வந்துகொண்டிருந்த பெண்களில் சிலரை எதிரி முகாமில் காணும் துர்ப்பாக்கியம் தேவதாசன் பிரசங்கிக்கு ஏற்பட்டது.

பாஸ்டர் எச்சிலாக்கிய தீர்த்தத்தைக் கொட்டிவிட்டு கிணற்றடிக்கு வந்தான் பவுலோஸ். எஸ்தர் அங்கே துணி துவைத்துக்கொண்டிருந்தாள். 'இன்று எப்படியாவது அதைக் கேட்க வேண்டும். ஜாடைமாடையாக இரண்டுநாள் பிரசங்கத் தில், 'ஓ... எஸ்தரே!' என்று விளித்தாயிற்று. என்ன ஜென்மமோ இவ? கிணற்றில போட்ட கல்லுமாதிரி.'

பவுலோசின் பூர்வோத்திரம் கிழக்கே எங்கேயோவாம். பத்து வருஷம் பைத்தியமாக அலைந்தான். தலைக்கு வெளி வந்து பார்த்தபோது, தனக்குத் தெரியாத ஊரில் நிற்பதை உணர்ந்தான். பசி வயிற்றைக் கிழிக்க, மரிச்சினிவிளையில் கிழங்கு மோட்டிக்க இறங்குகையில், 'பாவியே!' என்று யாரோ அவனை அதட்டினார்கள். தொடர்ந்து, 'எங்கே ஓடுகிறாய்?' என்ற சத்தம். 'வா என்னிடம்' என்றபோது, குரல் வந்த திசையில் நடந்தான். அது ஜெபப்புரையாக இருக்க, பாஸ்டர் வேத மாணிக்கம் பிரசங்கித்துக்கொண்டிருந்தார். அதுமுதல், அன்னியமான இயேசு அவனுக்கு சொந்த ரட்சகரானார்.

எஸ்தரின் கதையும் இதுபோலத்தான். சாவித்திரி என்ற பெயரில் நம்பூதிரிக் குடும்பத்தில் உதித்து, பரிசுத்த ஆவியான வரின் ஏவுதலால் தாமிரவருணியில் முங்கி எஸ்தராக மாறினாள். நல்ல பாட்டுக்காரி. 'எங்குபோகிறீர்? தேவமைந்தனே' எனப் பாடினாளென்றால், குருசில் அறையைக் கொண்டுபோகும் கிறிஸ்துவும், அவரைச் சுற்றி நிற்கும் படைவீரர்களும் ஒரு கணம் நின்று இவளைத் திரும்பிப் பார்ப்பார்கள். கொட்டின் வாரை இறுக்கி, தட்டினாள் என்றால் தாளம் தப்பாது. தொடர்ந்து சூடேற சூடேற பாட்டின் வேகமும், தாளத்தின் வேகமும் கூடிக்கூடி, உச்ச நிலையில், 'ந்தல பாலபால காளிஸ் தான் டபார் ஜிபார் பிலடெல்பியா' என அன்னியபாஷை பேச ஆரம்பித்துவிடுவாள். எஸ்தரின் அன்னியபாஷையை யாருமே மறுக்க முடியாது. அதை தமிழில் மொழிபெயர்ப்பவர் பாஸ்டர். வேத மாணிக்கம். 'எந்தப் பாவமும் மன்னிக்கப்படும்; பரிசுத்த ஆவிக்கெதிரான தூஷணம் தவிர' என்ற வசனம் ஒலிபரப்பாகும்போது கொஞ்சநஞ்ச அதிருப்திகளும் பயத்தால் சரியாகிவிடும். 1986 ஆகஸ்ட் 15இல் உலகம் அழிந்துவிடும் என்று இவள் கூறிய தீர்க்கதரிசனம் நிறைவேறாததில் பலருக்கு வருத்தம். 'இந்த நினிவே அழியாமலிருப்பது தேவதாசன்

பிரசங்கி என்ற ஒரு உத்தமரின் முகாந்திரமே' என்று இன்னொரு நாள் தீர்க்கதரிசனம் சொல்லி முந்தைய இடறலை சரி செய்த துடன், பிரசங்கியின் மனதையும் வருடிவிட்டாள்.

பவுலோஸ் மொட்டைமாடியில் நிலவைப் பார்த்துக் கொண்டு கிடக்கிறான். தூக்கம் தூரநின்று வேடிக்கை பார்க்கிறது. 'சே! எல்லாம் இந்த சனியன் பிடித்த கெழவி கமலம் வரப் போய்த்தான். எவ்வளவு ஆசையா பேசிப்பார்க்கலாம்ணு கிணற்றடிக்குப் போனேன். பொம்பளைங்க குளிக்கிற எடத்துல உனக்கென்ன வேலை? என்றல்லவா கேக்கிறா. நானும் நேருக்கு நேர் கேட்டிருப்பேன். பாஸ்டருக்கு அம்மா ஆகிப்போனா. கெழட்டு சாத்தான் செத்து தொலையாம உயிர வாங்குது.

என் இனிய எஸ்தர்! லீபனோனின் கேதுருவே! கிச்சிலிப் பழமே! உன் நேசம் திராட்சை ரசத்திலும் மதுரமானது. கேதாரின் கூடாரங்களைப்போல நீ கறுப்பாக இருந்தாலும் அழகாக இருக்கிறாய். உன் கண்கள் புறாக்களின் கண்களைப் போல இருக்கிறது. உன் கூந்தல் கீலேயாத் மலையில் தழை மேயும் வெள்ளாட்டு ... சே, கறுப்பாட்டு மந்தையைப் போல இருக்கிறது. உன் பற்கள் ...'

அதற்கு மேல் யோசிக்க முடியவில்லை. விம்மி விம்மி அழுதான். செத்துப்போன அவன் அம்மா ஞாபகத்தில் வந்தார் கள். அந்தநேரத்தில் எஸ்தரைப் பார்த்தால் ஆறுதலாக இருக்குமே என்று கீழே வந்தான். சற்றைக்கெல்லாம், 'கள்ளன்! கள்ளன்!' என்று யாரோ அலறுவது கேட்டது. சொப்பனத்தில் கிடந்த எஸ்தர் எழுந்து உட்கார்ந்தாள். அவளுக்குள் பரிசுத்தஆவி அசைவாடியது. இரண்டு கைகளையும் மடக்கி எதிரே நின்ற உருவத்தின் மண்டையில் பொத்தென்று போட்டாள். முன்பொரு நாள் தண்ணீர் பிடிக்கும்போது தகராறில் வாத்தியாரம்மா முதுகில் குடத்தால் மொத்தினாளே, அதுபோல. 'அம்மா' என்று மட்டும் சத்தம் கேட்டது. அது பவுலோசுக்கு உரியதாக இருந்தது.

விடிந்த பிறகுதான், தான் செய்த காரியம் தெரிந்தது. பொதுச்சபையில் நீ முந்தி, நான் முந்தி என்று விசாரிப்பார் களே. மானம் இருக்காதே. நான் இவ்வளவு நேசித்த எஸ்தரா என்னைக் காட்டிக்கொடுத்தாள்? இயேசுவே! இனி நான் வாழ்ந்து என்ன பிரயோஜனம்? என்று வானத்தைப் பார்த்துக் கேட்டவனுக்கு ஜன்னலில் இருந்த பூச்சிமருந்து விடையானது. நேற்றுதான் பாஸ்டர் அதை ரோஜாவுக்கு தெளிக்க வாங்கி வந்தார்.

                    குமாரசெல்வா

பாஸ்டர் வேதமாணிக்கம் காலையிலேயே பிரத்தியட்சமா னார். பிரசங்கியின் விசேஷ அழைப்பில் வந்தவர், பவுலோசை ஒரு பிடி பிடிக்க அறைக்குள் நுழைந்தார். சட்டையும், வேட்டி யும் இல்லாமல் பச்சை நிற அண்டிராயருடன் அவன் தரையில் உருள்கிறான். வாயில் கடலலை போல பொங்கிவழியும் நுரைகள். மூன்று தெய்வங்களையும் தனித்தனியே விளித்தவர், பிரசங்கியை நோக்கி விரைந்தார்.

ஐந்து நிமிடங்கூட ஆகவில்லை, செய்தி எங்கும் பரவி விட்டது. ஆள்கூட்டம் அதிகரிக்க, 'ஆஸ்பத்திரி' என்ற வார்த்தை எங்கோ கேட்டதுதான் தாமதம், பாஸ்டரும், பிரசங்கியும் உஷாராயினர். பொதுமக்கள் காம்பவுண்டுக்கு வெளியே விரட்டியடிக்கப்பட்டார்கள். மொண்ண குடிகாரன் என்று பெயரெடுத்த நத்தை தங்கப்பன் மட்டும் உள்ளே தங்கிவிட்டான்.

பவுலோஸ் ஜெபஅறையில் கிடத்தப்பட்டான். கொஞ்சம் ஜெபித்த தேங்காய் எண்ணை குடிக்க கொடுக்கப்பட்டது. ஜெபம் ஆரோகண கதியில் வானைப் பிளக்க, வெள்ளையாக நுரை தள்ளியவன், சிவப்பாக கக்க ஆரம்பித்தான். ஒரு விசுவாசி, 'இயேசுவின் இரத்தம்! இயேசுவின் இரத்தம்!' என்றாள். மக்களெல்லாம் அதைப் பார்க்க கோட்டைச் சுவர் மேல் ஏறினார்கள். நத்தை தங்கப்பன் கூட்டத்தோடு கூட்டமாக உள்ளே நுழைந்தான். கண்ணை மூடிக்கொண்டிருந் ததால் யாரும் அவனைக் கவனிக்கவில்லை. பவுலோசின் தலைமாட்டில் நின்று தனதுபாணியில் துவங்கினான்.

'எவளோ மதிமயங்கி மாப்பிளைய மக்காண்ணு விளிச் சாளாம். அதுபோல இல்லியா இருக்கு. வெவரங்கெட்டவனு வளே! வெஷங்குடிச்சவனுக்கு வைத்தியம் செபம்ணு எந்த டாக்கிட்டருபிலே சொல்லி இருக்கான்?' என்றதும் நல்லமுத்து பிரதர் ஓடிவந்து அவன் பள்ளையில் ஒன்று போட்டான். நாலைந்து பேர் அவனைக் குண்டுகட்டாகத் தூக்கினார்கள். 'நல்லோரு பயலக் கொல்லாங்கலே. லேய் நாசமா போவியலே' என்று கதறியவனை காம்பவுண்டுக்கு வெளியே எறிந்தனர். கீழே விழுந்தவன், 'பிலேய், சோப்பு வெள்ளம் குடுத்து கொடலையாவது கழுவுங்கலே' என்று கெட்டவார்த்தை களோடு கூக்குரலிட்டான்.

கிழக்கு வெளுத்தது. வழக்கமாக கேட்ட ஜெபம், வித்தியாச மாக ஒலிக்க ஆரம்பித்தது. நாயீனூர் விதவையின் மகனை எழுப்பியவரே என்றும், லாசருவின் கல்லறையில் கண்ணீர் விட்டவரே என்றும் பிரயோகிக்கப்பட்ட சொற்களிலிருந்து

பவுலோஸ் செத்துப்போனது தெரிந்தது. விஷத்தில் கலப்படம் செய்த புண்ணியவான் தயவில் அவன் ஆயுசு ஆறுமணி நேரம்கூட நீண்டது. இந்தநேரத்தில் பெண்கள் கூட்டம் ஒன்று இரண்டாவது மாடியில் கூடி, ஜெபிக்க ஆரம்பித்தது. அதில் பிரதான பாகம் வகித்த எஸ்தர், பவுலோஸ் மூன்றாவது நாள் உயிர்த்தெழப்போவதாக பயங்கரமான தீர்க்கதரிசனம் உதிர்த்தாள். மறுபடியும் செத்தவன் பிழைப்பதற்கான மன்றாட்டுக்கள் ஆரம்பித்தன. யாரோ புகார் செய்ய பிணத்தைக் கைப்பற்றிய போலீசார், பாஸ்டர் வேதமாணிக்கத்தையும், தேவதாசன் பிரசங்கியையும் கைதுசெய்தனர்.

கடைசியாக, பிணம் பரிசோதனைக்கு ஆஸ்பத்திரி சென்ற தால், கர்த்தர் பரலோகத்தில் இடங்கொடுக்கமாட்டார் என்று யாரும் வாங்கவில்லை. நகராட்சி, கிருஷ்ணங்கோயில் கடவு பக்கமுள்ள சுடுகாட்டில் தகனம் செய்தது.

எஸ்தர், பவுலோசைக் குறித்து தன்னிடம் கேட்பவர்களி டம், 'இயேசுவின் சீடர்களில் ஒருத்தனே தற்கொலை செய்து கொண்டான். அதைவிடவா இதுபெரிது?' என்று கேட்கிறாள்.

பாஸ்டர் வேதமாணிக்கமும், தேவதாசன் பிரசங்கியும், பவுலும், சீலாவும்போல, சிறைக் கம்பிகளில் தட்டி தாளம் எழுப்பிக்கொண்ட, 'இயேசு ராஜா வருவார். இன்னும் கொஞ்சம் காலந்தான், மோட்சலோகம் சேர்ந்திடுவோம்' என்று ஜாலியாகப் பாடிக்கொண்டே இருக்கிறார்கள்.

•

                              குமாரசெல்வா

சுருட்டுவாள்

கிடப்பில் ஒருவித சுகம்; ஆனால் எனக்கு அதுவல்ல.

உடம்பறையில் கிடந்தால் தூரவரைக்கும் வயல் வெளிகள் தெரியும். அக்கரையில் நின்று ஊளையிட்டு ஆளனக்கமோ, பட்டிகளின் அரவமோ உண்டா எனப் பார்த்து, கோழி பிடிக்க வந்த நரிகள் திரும்பும் நேரம். உள்வீட்டுத் திண்ணையில் குதித்த சூரியக்குஞ்சின் அறிவுறுத்தலையும் மீறி படுத்திருக்கிறேன்.

குளவரம்பையொட்டிய ஏலாக்கரையில், கப்பத் தெங்கின் நிழலில் வாழைக்காவலுக்கு கட்டிய மாடம். பின்னர் எங்கள் முகாம். இன்றும் எழுந்தவுடன் பட்டது அதுதான். ஆசான் சம்பளக்கால்போட்டு இருந்த மாதிரி...

கஞ்சி சட்டியில் நேற்று மீந்த கட்டித்தெளுவில், தங்கச்சி தவிடு குழைத்துக்கொண்டு நிற்கிறாள். கோழிகள் சுற்றி வளைத்து கையிலிருந்து வாங்கிப் பறிக்கப் பார்க் கின்றன. நேற்றிரவு அம்மா அவளோடு அடக்கம் பேசியது எனக்கும் கேட்டது.

"கெழவன் செத்ததோட பயக்க வீட்டங்கி கெடக்கி யானுவ. ராவுபட்டா கண்ணடைக்க விடுவானுவளா? களியாம்பற ஆட்டம் போட்டு. ஒரு வென ஒழிஞ்ச மாதிரி."

ஆசான் இருந்தவரைக்கும் எங்கள் ராஜியமும் உயிரோடிருந்தது. அந்திக்கு துவங்கும் விளையாட்டு. நள்ளிரவு கண்டபின் வேறு விதமான விளையாட்டுகள். ஏலாக்கரையில் ஒரு தெங்கு பாக்கி விடாம கருக்கு வெட்டி மாடத்தில் அடைவோம். பனைகளில் ஏறி

கள்ளக்கலையங்களை அவிழ்த்து, யாருக்காவது விளையில் இறங்கி கிழங்கு மோட்டிப்போம். உள்ளுக்குள் புகைந்தாலும் உடையக்காரர்கள் ஆசானைக் கண்டு வெளிக்காட்டத் தயங் கினார்கள்.

எனக்கொரு எதிரி இருந்தான். மகா எதிரி. திடீரென ஒருநாள் செத்தும் போனான். அந்தச் சாவை கொலை என்றும் சொல்லலாம். அவன் சாவுக்கு நானும் காரணம். எதிரி செத்தால் மகிழ்ச்சி தான் ஏற்படும். நானோ வருந்தினேன். காரணம், சாகப்போகும் சில நாட்களில் நண்பனாக மாறி னான். அதற்குப் பிறகு கொஞ்சநாள் ஒதுங்கி இருந்தேன். வீடு தேடிவந்த ஆசான் என்னைக் கூட்டிக்கொண்டு வயலங் கரைக்கு வந்தார்.

"என்ன டேய், இப்ப நீ வெளிய எறங்கியதே இல்லியா?"

"எப்பவாவது."

"பேச்சிலயும் சுருக்கம். என்ன, ஒருமாரி இருக்கிய?"

"ஒண்ணுமில்ல."

"எனக்கிட்ட கள்ளம் சொல்லருது. என்னதுன்னு சொல்லு."

"கொறச்சி நாளா ஒரு காரியம் கேக்கணும்ணு நெனச்சியேன்."

". . . . ."

"ஓங்களுக்கு எதிரிய உண்டா?"

"இம்பிடு தானா? என்னவோ பெருசா கேக்கப் போறேன் ணுல்லா நெனச்சேன். டேய்! மனுஷனா பெறந்த எல்லாருக்கும் ஏதாவது ஒரு எதிரிய உண்டு."

"ஏனாக்கும்?"

"அது அப்பிடித்தான். சினேகமும், விரோதமும் இந்த லோகம் முழுசும் நெறஞ்சிகெடக்கு. மனுஷபிறவர்த்தி ஒரே லெவுல்ல போவாது. விரோதமும், சினேகமும், துக்கமும், சந்தோசமும், சதிக்கியதும், ரெட்சிக்கியதும் எல்லாமே மாறி மாறி நடக்குது."

"அப்ப விரோதமில்லாம ஜீவிச்ச முடியாதா?"

"எனக்க அனுபவத்த வச்சி சொல்லுகேன், முடியாது. சினேகம் சீக்கிரம் வந்து சீக்கிரம் தீரக்கூடியது. நான் அதிகமாக

சினேகிச்ச கூட்டுக்காரனுவ யாருமே இண்ணைக்கு இல்ல. விரோதம் அப்பிடி இல்ல. தலைமுறை தலைமுறையா தொடர்ந் துட்டே வரும். இருவது நூப்பது வருஷங்களுக்கு முன்ன ஒருபெரிய வர்மாணி எனக்கு எதிரியா இருந்தான். எனக்கு மட்டுமில்ல, அவன் எல்லாருக்குமே எதிரி. கற்ற வித்தையள தவறா உபயோகிச்சிட்டு வந்தான். அபுபக்கரைத் தெரியுமா டேய்? அவனுக்க அப்பன் சலீம். அவனுக்கு அப்ப ஆட்டுக் கச்சோடமாக்கும் தொழில். களியக்காவிளை சந்தையில் நூற்றம்பது ரூவா வச்ச ஆட்டை இவன் நூறு ரூவாய்க்கு கேட்டான், குடுக்க முடியுமா? சொல்லு. தேச்சியத்தில் ஆட்டுக்க மாரைப் பிடிச்சி என்னவோ செஞ்சான். ஆடு கரைஞ்சி விளிச்சி ஆரையும் நிக்கவிடாது. காம்புரெண்டும் வெத்தில போட்டு துப்புனதுபோல செவத்திருக்கு. இவன் என்னவோ செஞ்சான்னு தெரிஞ்சி போச்சி. பிறகு இறைச்சி விலைக்கு ஓட்டல்ல விற்கவேண்டியதாச்சி. ஒருநாள் ஏற்றுமுட்டல் உண்டாகி, எனக்கும் அவனுக்கும் அடி நடந்தது. தனக்க வர்ம வேலையள நல்லா காட்டிப்பார்த்தான். ஒண்ணும் பலிக்கல்ல. நான் தேகத்தில படாம தப்பிநிண்ணு, கால்பெரு வெரலெடுத்து அவன் கொப்பிளுக்குத் தாழ ஒரு ஏத்துஏத்தி னேனா, நிண்ணுட்டு மோண்டான். நாப்பதுக்கு செத்தான்."

"செத்துப்போனானா ?"

"பின்ன இல்லாம. விஷயம் அதோட முடியல்ல. அவனுக்க பய ஒருத்தன். பத்தோ, பன்ரெண்டோ வயசிருக்கும். ஒரு நாளு ராத்திரி நான் குடிச்சிற்று வரும்ப, பாறைக்கிடையில ஒளிச்சிநிண்ணுட்டு குத்தினான். நல்ல நிலாவெட்டம் உண்டு. மறிஞ்சி உருண்டதினால பீயாத்தி, பாறையில் பட்டுது. வயிற் றில சவுட்டி அங்ஙின தள்ளினேன். இப்ப அவனுக்கயும் மகன், என்னக் கொல்லாம விடமாட்டேன்னு அப்புப்பனுக்க போட்டோயில அடிச்சி சத்தியம் செஞ்சிருக்கான்."

அதுதான் எங்கள் கடைசி சந்திப்பாகுமென்று நினைக்க வில்லை. ஆசான் செத்துப்போனதா ரெண்டுநாள் கழிச்சி ஆள் வந்தது. பொற்றைக்கு கள்ளு குடிக்கப் போய்விட்டு வீட்டில் வந்து படுத்தவர்தான், எழும்பவே இல்லை. முன் விரோதத்தில் யாரோ கள்ளில பூனைமுடி போட்டுக் கொன்ற தாக ஊரில்பேச்சு.

○

ஆசான் எனக் குறிப்பிடும் அய்யாவு நாடாரை, 'பூதம்' என்றால்தான் அறிய முடியும். மூத்த மகளின் கல்யாணச்

சீட்டில் சொந்தப் பெயரைப் போடப்போய் யாருக்கும் தெரியா மற்போயிற்று. அந்த அளவுக்கு பட்டப்பெயர் பிரபலம். ஆள் எப்படி இருப்பார் தெரியுமா? காட்டு சைசு. அடவு, செவிடு வகையறாக்களால் கல்லான தேகம். ஓட்டலில் நுழைந் தால் ஐம்பது ரூபாய்க்கு குறையாமல் உள்ளே தள்ளிவிட்டுத் தான் இறங்குவார். இந்த வயதிலும், 'காளை இருக்கிறதா?' என்பதை உறுதிப்படுத்திவிட்டுத்தான் ஏறுவார். அவர் வீட்டின்முன்பு ஒரு கல்லுருண்டை கிடக்கிறது. இந்தக்கால யுவன்களில் ஆறுபேர் சேர்ந்தாலும் அசைக்க முடியாது. என்ன செய்வார் தெரியுமா? ஆகாசத்தை நோக்கி எறிந்து பின் கழுத்தும், முதுகும் சேருமிடத்தில் சதையை திரட்டித் தாங்குவார். மலந்து கிடந்து கால்களால் உயர்த்தி வித்தைகள் செய்வார். அவர் வீட்டில் ஒரு உரல் உண்டு. உரலா அது? செக்கு மாதிரி இருக்கும். படுத்தவாறு 'தம்'பிடித்து மார்பி லேற்றி, இரண்டு மருமக்களையும் கூப்பிட்டு நெல்லரக்க வைப்பார். இந்த தேகத்தை அனுபவித்த சொர்ணவடிவு உலகத்தை விட்டுப் போனதும் கிழவர் கொஞ்சம் ஆடிப்போனது உண்மைதான். ஆனால் வீரியம் குறையவில்லை.

ஆசானுக்கும், எனக்கும் நட்பு ஏற்படக் காரணமாக இருந்தது அந்தச் சண்டைதான். வீட்டுக்கு கரண்ட் எடுத்த போது பக்கத்துவீடு தாண்டி ஓயர் வருவதில் தகராறு. மனித னுக்கு மனிதன் ஏற்படும் சாதாரண சச்சரவாகத்தான் அதை நான் எடுத்தேன். ஒருநாள் பக்கத்துவீட்டுக்காரன் வலிய சண்டைக்கு வந்தான். வார்த்தைகள் ஒருசுற்று மோதி ஓய்ந்த பிறகு உடல்கள் மோதி சரிய ஆவல்கொண்டன. அவன் தான் முதலில் அதைப் பிரகடனமும் செய்தான்.

"ஒரு அப்பனுக்கு பெறந்தியானா, வீடவிட்டு வெளியே எறங்கி வாலே."

ஆள் என்ளுபோல இருப்பான். ஒரு சவுட்டில நாலா முறிஞ்சி நாப்பதா எழும்புவான். வங்காள தடியனான என்னைப் பார்த்து நொஞ்சலான ஒருவன், அதிலும் ஆஸ்மா நோயாளி பேசும் பேச்சா இது? உள்வீட்டுத் திண்ணையிலிருந்து குதித்து வாசலுக்கு வந்தேன். அவன் தள்ளையும், பெண்டாட்டியும் பார்த்துக்கொண்டு நின்றார்கள். இவனிடம் எப்படி சண்டைக்குப் போவது? என்ற அதிர்ச்சி எனக்கு ஏற்பட்ட போதிலும், அவர்கள் முகங்களில் துளிகூட இல்லை. மனதில், என்னிட மிருந்து அவன் வாங்கப்போகும் அடிகளை நினைத்துச் சிரிப்பும் வந்தது. சாரத்தை மடித்துக் கட்டியவாறு படிகளில் இறங்கி

                    குமாரசெல்வா

சென். தோளில் காக்கட்டையுடன் கொடிக்கு வெள்ளங்கோரச் சென்ற வறுவேல் ஓடிவந்து தடுத்தான்.

"நீ அவனுட்ட சண்டைக்கு போப்பிடாது பிள்ள."

"விடும் ஓய். வெள்ளாவி கொள்ளாம சீர்படமாட்டான்."

"யாரு கொள்ளியதுண்ணு பார்க்கலாம்."

எனக்கு வந்த ஆத்திரத்தில் வறுவேலைத் தூக்கித் தள்ளி விட்டுப் பாய்ந்தேன். நகர விடாமல் கால்களைப் பிடித்துக் கொண்டான். காக்கட்டை தூரப்போய் சப்பிக்கிடந்தது. சன்னமான குரலில் எனது காதோரம், 'அவன் கக்குமடியில் கோமாரி வச்சிருக்கான். புளுத்துச் சாவணும்ணா போ !' என முணுமுணுத்தான். நான் அப்படியே நின்றேன்.

மாட்டின் வயிற்றுப் பாகத்திலுள்ள எலும்பால் உருவான கோமாரி, உடம்பில் பட்டால் அந்த இடம் புழுக்கும். அந்த நம்பிக்கைதான் அவனை என்னிடம் போர் செய்யத் தூண்டு கிறது. கொஞ்சநேரம் சவால்விட்டபடி நின்றவனின் ஆண்மை யில் கிளர்ச்சியடைந்த அவன் பெண்டாட்டி, கண்ணீர் மல்க சிரித்தாள். வாய் கடுத்ததும் நிறுத்திவிட்டுப் போனான்.

அதற்குப் பிறகு ஊரில் அவன் பலருடன் சண்டை போடுவதைப் பார்த்திருக்கிறேன். கோமாரி அல்லது தெரச்சி வாலுடன் வந்துநின்று வல்லரசைப்போல உறுமுவான். கையிலிருக்கும் ஆயுதத்தைக் கண்டு யாருமே அவனிடம் சண்டையிடாமல் ஒதுங்கினார்கள். இவனை எப்படியாவது வீழ்த்த வேண்டும் என்ற வெறி எனக்குள் வளர்ந்தபோதுதான் வறுவேல், ஆசானின் பெயரை மொழிந்தான். அதற்கு முன்னே அவரைக்குறித்து நான் அறிந்திருந்தேன்.

அர்த்தராத்திரியில் எழுந்து வெத்திலை தல்லும் பழக்கம் ஆசானுக்கு உண்டு. தெரு வராந்தாவில் அமர்ந்து, இரவின் அசைவைக் கவனிப்பார். துணைக்கு பக்கத்து 'லேத்'திலுள்ள வாச்சர். ராமசாமியும் உண்டு. அன்றும் அப்படித்தான் அமர்ந் திருந்தார். காற்று கொஞ்சம் குளிராக அடித்தது. எங்கோ நல்ல மழை பெய்வதை உணர்ந்தார். தொடுவெட்டி சந்தைக்கு விளைபொருட்கள் மாட்டுவண்டியிலும், கால்நடையிலுமாகச் சென்றுகொண்டிருந்தன. கொஞ்சம் தூரத்தில் ஒருவன் பம்மிப் பம்மி வந்துகொண்டிருந்தான். தலையில், ஒரு தடி ஆளுக்கு சுமக்கத்தக்க செமடு உண்டு. ஆசானை ஒருமாதிரியாக நின்று பார்த்தவன், கீழே இறக்கிவைக்கச் சொல்லிவிட்டு திண்ணையில்

ஏறி அவருக்கு சமமாக உட்கார்ந்தான். அவனைக் கவனிக்காதது போல இருந்தவர் தூரப் பார்த்தபடியே, 'கச்சோடத்துக்கா?' என்று கேட்டார். இருட்டில் அவன் தலையாட்டினான்.

"கரக்காயா?"

"வயலங்காய்"

ஆசான் எழுந்து ஏத்தங்காயை கொட்டிப்பார்த்தார். 'வெளச்சி மதியில்ல' என்று முணுமுணுத்தவர், ஒரு காயின் கீழ்ப்பகுதியைத் திருகினார்.

"ஓய்! சீணிச்சி உண்டாக்கினது. கையவச்சி நவுடுனா முறிச்சிருவேன்".

ஆசான் லேசாக சிரித்தார். 'வெளுக்குமுன்ன வித்துட்டு பிள்ளகுட்டியளுட்ட ஒழுங்கா போய்ச்சேரு' என்று அவன் தலையில் தூக்கிவைத்து அனுப்பினார்.

ரெண்டு நிமிஷம் கழிந்திருக்கும். ஒருத்தன் மார்பிலும், வயிற்றிலும் அடித்துக்கொண்டு ஓடிவந்தான். கூட ரெண்டு மூணு பேர்கள். ஆசான், 'சரிதான்' என்றார்.

"தாத்தா! இங்கினோடி ஆரெங்கிலும் குலைகொண்டு போச்சினுமா?"

"நீ ஆருலே?"

"பொன்னுமுத்தாளுக்க மொவன். நேத்து சாயந்தரமே வெட்டிஎடுக்க நெனச்சேன். குழந்தைய ஆசுத்திரிக்கு கொண்டு போனதில நேரங்கிட்டேல. காலத்த சந்தைக்கு கொண்டுவர வெட்டப்போனா, தலையில வெள்ளம் பாயுது, மேலப்பாத்தா குலையக் காணல்ல."

ஆசான் வேகமாக நடந்தார். கொஞ்ச தூரத்தில் கரிஇலை தெரிந்தது. ஓடிப்போய் வழிமறித்து செமடைப் பிடித்தார். அவன் மேலும் நடக்கவே, 'இறக்குலே தாயோளி!' என்றார்.

பொதுவாக ஆசானுக்குமுன் நிமிர்ந்து நடக்கவே பயப் படுவார்கள். ஒருவரைப்பற்றித் தெரியாமல் அவருடன் ஈடு படுவது எவ்வளவு அபாயகரமானது. செமடை இறக்காமல் ஆசானின் கையைத் தட்டப்போனவன் குலையோடு ஓடை யில் கிடக்கிறான். விஷயம் அப்படியே முடிந்திருந்தால் நல்லது. ஆனால் அவன் அதை விரும்பவில்லை. எழுந்து, ஆசானுக்கு நேராய், 'நரிப்பாய்ச்சல்' பாய்ந்தான். இவனும் கொஞ்சம்

வேலைகள் தெரிந்தவன்போலத் தோன்றுகிறது. கூடிநின்றவர்கள் சூழ, கையமர்த்தி தடுத்துவிட்டு, அவனது பள்ளையின் பக்க வாட்டில் சொருகி தூக்கி நிறுத்தினார். இப்போது தான் ஆசானின் முகத்தை நேராகப் பார்த்தான். பூதம் ஒன்று தாண்டவமாட, தப்ப முனைந்தவனை நகரவிடாமல் நெருங்கி, இடக்கையை கால்வழி எடுத்து அந்தரத்தில் எலிக்குஞ்சைப் போல நிறுத்தி, பூட்டுப்போட்டு தரையில் கிடத்தினார்.

"பாட்டா! பயல நாங்க கவனிக்கிறோம்." வாச்சர் ராமசாமி.

ஆசான் ஒருபார்வை மட்டும் பார்த்தார். பூட்டை முறித் தவர், அவனை எழுப்பி இருத்தி கன்னத்தில் செல்லமாகத் தட்டினார்.

"எங்கேருந்துலே வாற?"

". . . . ."

கொவுட்டில் ரெண்டு விரல் வைத்து அசைக்க, 'ஆ ... ஊ ...' என்றான். கூட்டத்தில் ஒருவன் கெட்டிவைத்து அடிக்கச் சொன்னான்.

"விடமாட்டேன். சொல்லு."

"நேசமணிபாலத்துக்க அருவுல."

"அங்ஙின எங்க?"

முளித்தான். அந்த அமைதி அவனைப் பொய்யனென்று காட்டியது. அதுவரை அடங்கிக்கிடந்த கோபம் வெளியே வர, கழுத்து நெட்டில் தூக்கி மூலங்குத்தற இடித்தார். பெரிய சத்தத்துடன் களியக்காவிளையிலுள்ள தனது வீட்டை விலாசம் வாரியாக ஒலிபரப்பினான்.

"லேய், அங்ஙின மாட்டுச்சந்தையில தரவு பேசினாலாவது பொன்னுபோல ஜீவிக்கலாம் இல்லியா? ஏம்பிலே இப்பிடி வெறுதால அடிபட்டுச்சாவிய. ம்..?"

". . . . ."

"ஓடமஸ்தன் எங்கலே? இவன் குலைய சந்தவரைக்கும் கொண்டுவந்து தருவான். லே! நீ சீணிச்சி உண்டாக்கினத்க் கொண்டு வில்லு. போ!"

கூட்டம் கலைந்தது.

வறுவேலுக்கு ஆசானிடம் நல்ல நெருக்கம். அவர் எண்ணெயோ, லேகியமோ வைக்கும்போது கூடமாட நின்று வேலைகள் செய்வான். பக்கத்துவீட்டுக்காரனைத் தட்ட ரெண்டுமுணு நாளா உண்ணாம, உறங்காம யோசித்த எனக்கு, அவனின் வார்த்தைகள் கருப்பட்டிபோல இனித்தன.

"பூதத்தானுட்ட ஒரு சுருட்டுவாள் இருந்தது. அரையடி நீளந்தான் இருக்கும். சுழற்றினா பத்தடிவர நீளும். ஒருக்கா, கோயிலுக்கு நேந்த நேர்ச்சகிடாவ வெட்டித் தின்னாரு. அண்ணுராவு பனிரெண்டு மணிக்கு ஒரு பூதம் வந்து நிண்ணு படைநவுட்டிச்சி. அங்ஙின ஆருக்கும் கெடக்க முடியாது. ஆசான் மரியாதியா வெலக்கிப் பார்த்தார். கேக்கல்ல. அதோட மல்லுக்குப் போனார். பூதம் அவரத் தூக்கி செவருல அடிச்சி கெடத்தியாச்சி. தாழ விழுந்தவர் ஓடிப்பெய் ஓலச்செருவயில ஒளிச்சி வச்சிருந்த சுருட்டுவாளை எடுத்து கெறக்கினாரு பாரு, பூதம் பிடுக்கு தெறிக்க ஓடியே போச்சி."

"அப்பிடியா ?"

"உம்மாண ஓய்."

"இப்ப அது எங்க இருக்கு ?"

"தெரியாது. ஆனா அவருட்ட இல்லண்ணுமட்டும் தெரியும். கஷ்டகாலத்தில் ஆருக்கோ விற்றுப்போட்டாராம்."

வறுவேலை ஆசாக்கி, ரெண்டு குப்பி மாம்பட்டை வாங்கிக் கொடுத்து, ஆசான பழக்கப்படுத்தித்தரக் கேட்டேன். இண்ணைக்கு நாளைக்கு என்று நாட்களைக் கடத்திக்கொண் டிருந்தான். மாம்பட்டையின் அளவுமட்டும் கூடிக்கொண்டே வந்தது. தெங்கு காய் வைக்க உரம் வேணும். பனைக்கு யாது கெளையலும்? பறண்டலும்? அதுபோல, ஆசான் நேரடி யாக எனது திறமையைக் காணும் சந்தர்ப்பமும் வந்தது.

ஒரு சமயம் கேரளத்திலிருந்து ரெயில்வே லைனில் வேலை செய்ய வந்த ஒரு கோஷ்டியினர், ஆசான் தாமசிக்கும் விளைக்கு அடுத்து வீடெடுத்து தங்கினார்கள். அதில் வடக்கன் விளை யாட்டு தெரிஞ்ச, நல்ல களிவுள்ள ரெண்டு மூணு பையன்கள் உண்டு. தினமும் ராத்திரி தாமிரவருணியின் கரையில் டயர் கொழுத்திப் போட்டு விளையாட்டு நடந்தது. நான் போன அண்ணைக்கு ஆசான் இருந்தார். கம்பு விளையாட்டு நடந்து கொண்டிருந்தது. ஆசானின் பிரதம சிஷ்யன் பாளையங்கட்டி ராமேந்திரன் கையிலிருந்து கழிய தட்டணும்ணா, ஒருத்தன் புதுசா பெறந்து வரணும். அவ்வளவு வித்தை கற்றவன்.

குமாரசெல்வா

மலையாளத்தான் முன்ன அவனால கூட முக்காமணிக்கூருக்கு
மேல் தாக்குப் பிடிக்க முடியல்ல. அப்பிடி விளையாட்டு.
ஏதோ சக்தி உந்தித்தள்ள களத்தில் இறங்கினேன். நிச்சயம்
அது ஆசான் அங்கே இருந்ததால் தான் ஏற்பட்டிருக்கும்.
பலர், ஏளனமாகப் பார்த்தனர். கடைசியில் என்னிடம் விளை
யாடித் தோற்ற மிகப்பெரிய ஆசானும், மலபாரில் ஏழுதேசத்து
வீரர்களை வென்று பொன்னுருண்டை பெற்ற பயில்வானு
மான முஸ்தபா கூட, முதலில் ஒரு பொடியனைத்தான்
என்னோடு விளையாட விட்டான். படிப்படியாக எல்லோரை
யும் வென்று, கடைசியில் யாருமே இல்லை என்ற நிலையை
அடைந்து … ஆசானைப் பார்த்தபோது அங்கில்லை. நான்
விளையாடிக்கொண்டிருக்கும்போது எழும்பிப் போனதாகச்
சொன்னார்கள். எல்லாம் வீணாகிய உணர்வுடன் திரும்பினேன்.

ஒரு வாரம் கழித்து, கொச்சப்பி கடையில் ஆசான்
புட்டு தின்னுக்கொண்டிருந்தார். அறியாமல் உள்ளே சென்ற
நான் பின்வாங்கி கதவண்டை தயங்கியபோது ஏறிட்டுப்
பார்த்தவர், 'எடம் ஒருவாடு இருக்கே' என்றார். வெட்கத்துடன்
உள்ளே போய் தூர அமர்ந்தேன். 'இங்நின இருக்கலாமே'
என்று அருகில் அழைத்தார். 'கொச்சப்பி! எலபோடு' என்றவர்,
புட்டு வைக்கச் சொன்னபோது பலமாக மறுத்தேன். ஒருவித
பயம் என்னை விட்டு அகலாமல் இருந்தது. 'பதினெட்டு
வரியமா எனக்க கடையில பூதத்தான் புட்டு தின்னியாரு.
ஆருக்கும் இதுவர வேண்டிக் குடுத்தத எங்கண்ணு காணல்ல'
என்றான் கொச்சப்பி.

குனிந்திருந்த நான் ஆசானின் முகத்தைப் பார்த்தேன்.
முன்பிருந்த மூர்க்கம் மறைய, லேசான முறுவல். என்னோடு
சினேகம் பாராட்ட விளைவதை உணர்ந்தேன். நெஞ்சிலிருந்து
என்னவோ திரண்டு கண்களை மறைத்தது. சொல்லி வைத்தாற்
போல இடது தோளில் கை வைத்தார். மடை திறந்த வெள்ள
மானேன்.

எனது தகப்பனையும், குடும்பத்தையும் கேட்டு மனசிலாக்
கியவர், தன்னை எவ்வாறு தெரியும்? என்று வினவினார்.
அன்று இரவு நடந்த வாழைக்குலை சம்பவத்தை ஞாபகப்
படுத்தினேன். 'ஒ அதுவா?' என்றவர் கபடமில்லாத சிரிப்பு
சிரித்தார். அவரது இறுக்கம் முற்றிலும் தளர்ந்தது.

"கொறச்சி காலத்துக்கழுன்ன எங்கூட்டுக்காரன் ஒருத்தன்
கருப்பங்குளத்தங்கரையில நூறுமூடு வாழை நட்டிருந்தான்.
கொச்சப்பிக்கு அந்த சம்பவம் தெரியுமாடேய்?"

"சொன்னால்லா தெரியும்."

"மறந்திட்டியா? சொல்லுதேன். குலைதள்ளிய சமயம் ஒருநாளு போய்ப் பார்த்தேன். தள்ளைய தின்னது ஒரோரு காயும் எங்கையளவு இருக்கும். நானே கம்போறு போட்டுட்டேன் ..."

"உள்ளதுதாம் பிள்ள. பண்டெல்லாம் நல்லவொரு ஏத்தங் கொலைய ஒரு முழு ஆணாப் பெறந்தவனால வெட்டி எறக்க முடியாது." கொச்சப்பி.

"நீ இடையில பேசப்பிடாது. நானாக்கும் கதை சொல்லு கேன், தெவசம் ஒரு குலைவச்சி ஆரோ வெட்டிக்கொண்டே இருந்துனும். கொறச்சி அப்பறம் மிக்கேலுண்ணு ஒருத்தன் கோடை போட்டிருந்தான் ..."

"ஓ ... இப்ப பிடிக்கெடச்சாச்சுது. மற்றவனப் போட்டு அடிச்சதியானே?"

"நீ ஒன் சோலியப் பாருடேய், நான் இல்லியா கதை சொல்லுகேன். எனக்கு அவம் மேல சம்சயம் உண்டு. உச்ச நேரம் பாத்துப் போனேன். கோட அடுப்புக்க சூடு சாம்பல்ல நாப்பத்தாறு காயள பூத்திப் போட்டிருந்தான். மிண்டாத வந்தேன். சாயந்தரம், மின்னிட்டால் பூச்சி மினுங்காத சமயம். 'மிக்கேலு, ஒரு கிளாஸ் நாடன் வேணும்'ணு நேரே கோடை போட்டிருந்த எடத்துக்கு அவனக் கொண்டு வந்தேனா ..."

"ஏத்தங்காயள அவன் தலையில ஏத்தி, மீத்த கதம்ப அடுக்கி, கரும்புள்ளியும் செம்புள்ளியுங்குத்தி, கள்ளியும் முள்ளும் வெட்டிச்சாரி, அங்ஙின இருந்து நடத்தி அடிச்ச அடி, வெட்டு மணி முக்கு வரைக்கும் அடிச்சாரு. கடைசியில் பய கால்ல விழுந்து ஒருக்காலத்துக்கும் மாப்பு கேட்டதுனால விட்டாரு. இதாக்கும் சம்பவம்" கொச்சப்பி கழுத்தை நீட்டி இழுத்தவாறு முடித்தான்.

"முடிஞ்சுதா? கிடாவெட்டுமுன்ன பிடுக்கறுத்த கதைபோல ஆச்சி. அதுசரி, நீ ஆருட்டயாக்கும் விளையாட்டு படிச்ச?"

அடிமுறை படிக்க நானெடுத்த முயற்சியை வைத்து புராணமே எழுதலாம். அந்த அளவுக்கு அனுபவம் உண்டு. பத்து, பனிரெண்டு வருஷம் இருக்கும். ஒருத்தன பெரிய ஆசானா நெனச்சி படிக்கப் போனேன். ரெண்டு மாசமா அவன தயவுபண்ணி, நயந்து, ரெண்டு ரூவா கொடுத்து கும்பிட்டெடுழுந்து, அதற்குப் பிறகு சாயந்தரம் வீட்டுக்கு

குமாரசெல்வா

வரச்சொன்னான். நான் போனபோது ஆசானுக்கு லெவுலு இல்ல. மூக்குமுட்ட குடிச்சிருந்தான். முற்றத்தில் அரி பாத்திக் கொண்டிருந்த அவன் பெண்டாட்டி எழும்பி உள்ளே போனாள். உள் வீட்டுக்கு அழைத்தவன், பக்கவாட்டில் நீண்ட அறையில் நிறுத்தி கதவைத் தாளிட்டான். சுவரோரம் தரையில் உட்கார்ந் தவன், மடியிலிருந்து பீடி எடுத்து பற்றவைத்தவாறு கண்களை மூடினான். மணிக்கூருக்கு மேல் ஆகி இருக்கும். வெறும் மௌனத்தை எதிர்கொண்டிருக்கப் பிடிக்காமல் அவனை எழுப்பினேன். சலிப்புடன் பார்த்தவாறு, 'கம்பு கெறக்கத் தெரியுமா?' என்றான். சிரமத்துடன் எழுந்துபோய் எங்கிருந்தோ ஒரு கம்பு கொண்டுவந்து தாறுமாறாகச் சுழற்றிவிட்டு, 'இது மாதிரி சுழற்று' என்றான். ஒரு லேகையும் கிடைக்காததுனால இன்னொருமுறை சுழற்றச் சொன்னேன். இரண்டும் வித்தியாச மாக இருந்ததைச் சொன்னபோது, 'அதெல்லாம் எனக்குத் தெரியும். சுழற்றுவியா?' எனச் சத்தம்போட்டான். பயந்து எப்படியெல்லாமோ சுழற்றினேனா, கம்பை வாங்கி எனது கால் கறண்டையில் ஐந்தாறு அடி. உயிர்போகும் வலியெடுக்க, உட்கார்ந்தேன். பக்கத்து வீட்டில் யாரோ குளித்து வெள்ளம் கீழே விழும் சத்தம் கேட்டது. நிமிர்ந்து பார்க்கையில், எனக்கெதிரே கால்களை அகற்றி வைத்துக்கொண்டு நீள வெட்டோத்தியை ஓங்கியபடி, 'இனிமே வெட்டோத்தி விளை யாட்டு படிக்கலாம்' என நின்றுகொண்டிருந்தான். முதலில், 'நீ மரத்தில் ஒரு வெட்டோத்தி உண்டாக்கிக்கொண்டு வரணும். அதை வைத்துப் படித்த பிறகு ஒர்ஜினல் வெட்டோத்திய வச்சி விளையாடலாம்' என்றவன், இப்போது குடிபோதையில் இப்படி நிற்கிறான். அடிகொண்ட ஆவேசமும் எல்லாம் ஒருசேர எழும்பி, அவன் மீது பாய்ந்து தலையை வயிற்றில் கொடுத்து தூக்கி தரையில் பொத்தென மறித்துப் போட்டேன். வெட்டோத்தி தூரப்போய் விழுந்தது. கீழே சாய்ந்தவன் பெண்டாட்டியின் பெயரைச் சொல்லி, 'இஞ்ச வாடி, இந்தப் பய எனக் கொன்னாண்டியே' எனச் சத்தம் போட்டான். எனக்கு ஒரு மாதிரியாகப் போய்விட்டது. மெதுவாக கதவைத் திறந்து திண்ணைக்கு வந்தேன். அவன் பெண்டாட்டி வழி மறித்துபோல நின்று செறஞ்சி பார்த்தாள்.

"குடிகாரம்மாருவளுட்ட ஓங்களுக்கெல்லாம் என்ன பிள்ள கூட்டுக்கட்டு?"

நான் மௌனமாக நின்றேன்.

"ஓங்களள்ளாம் எனக்குத் தெரியும். வீட்டில வந்து வெலக்கணுமா?"

"வேண்டாம்".

"பின்ன இஞ்ச இனிமே காணப்பிடாது."

கடைசி வார்த்தை அதட்டலாக ஒலித்தது. திரும்பிப் பார்க்காமல் நடந்தவன்தான். இன்றுவரைக்கும் அந்தப் பக்கமே தலை காட்டவில்லை.

பிறகொரு ஆசான். வர்மக்கலை மன்னன். 'சுண்டுவெர்மம்' வரைத் தெரியுமாம். வசக்கேடா யாரையாவது சுண்டினான் என்றால் அவ்வளவுதான். அதனால் அவனைக் கண்டு எல்லோ ரும் பயந்து நடந்தார்கள். 'அறதி' தெரிந்தவன். அடிபட்டு மயங்கியவர்களைத் தட்டி எழுப்புவதைக் கண்டிருக்கிறேன். குறுக்குப்பிடியுடன் ஒருவன் வேதனை தாளாமல் ஒரு பக்கம் சரிய நடந்து இவனிடம் வந்தான். உள்ளே போய்க் காலைக் கழுவித் துடைத்தவன், அவனைத் திரும்பி நிற்கச் சொல்லி விட்டு மூணாரத்தில் சவுட்டினான். பொடுபொடுவென ஐந்தாறு நரம்புகள் பொட்டித் தெறித்தன. அவன் நல்லா நிமிர்ந்து நடந்துபோனான்.

நாங்கள் நாலுபேர் அவனிடம் வர்மம் படித்தோம். எதை யாவது பேசி பொழுதை வீணாக்கினானே தவிர, எதுவும் சொல்லித்தரவில்லை. பெரும்பாலும் அவைகள் அவனது வீரப்பிரதாபங்களாக இருந்தன. கொல்லன் உலையில் இரும்பு, தண்ணீர் உறிவதைப்போல பணத்தை மட்டும் கறந்து வந்தான். 'படிச்சித்தந்தா மட்டும் இனிமே பைசா குடுத்தா மதி' என முடிவெடுத்த நாங்கள், கொஞ்சநாள்கூட அவனுடன் திரிந்து விட்டு நிறுத்தினோம். ஒருநாள் ரோட்டில் வைத்து பைசா கேட்டான். அவிழாது என்றதும் கெட்டவார்த்தை பேசினான். பெண்கள் போவதாகச் சொன்னபோது, எனது பயப்படுதலை வைத்து இன்னும் பெரிதாக சத்தம்போட்டான். ரெண்டு மூணுநாள் கழித்து கையில் ஒரு ரேடியோவுடன் கடைக்கு வந்தான். ஒரு சட்டையை விரைவில் முடிக்க வேண்டுமென்ற அவசரத்தில் தைத்துக்கொண்டிருந்த என்னை விளித்து, 'ஒரு பத்துருவா எடு!' எனக் கட்டளைபோட, சட்டையை ஒதுக்கி வைத்துவிட்டு அவனிடம் வந்தேன். ரேடியோவை வாங்கித் திருகியவாறு, 'விலைக்கு கொடுப்பமா?' என்று கேட்டேன். 'இப்பத்தான் செரியாக்கிக் கொண்டுவாறேன்' என்றான். கடையில் கொண்டுவந்து கண்ணாடிப் பெட்டிக்குள் வைத்து சத்தங்கூட்டினேன். ஏதோவொரு டப்பாங்குத்து பாடலைப்பாட, பழையபடி தையல் வேலையைத் தொடர்ந்தேன்.

"இஞ்ச எடுடேய்."

"பைசாவா? ரேடியோவா?"

"விளையாடாத."

"ஓமக்கிப்ப என்ன வேணும்?"

"ரேடியோ."

"உள்ள வந்து எடும்."

அவன் உள்ளே ஏறியது தான் தாமதம், பாதிக் கதவைப் பூட்டிவிட்டு, வெளியேற நகர்ந்தவனை சுவரோடு சேர்த்து வைத்து நெருக்கி அற்றத்திற்கு கொண்டுபோய் நிறுத்தி, 'மனுஷ னின் ஆக அடங்கல் எங்க ஓய் இருக்கு?' என்று கேட்டேன். 'ரூவா தந்தா சொல்லியேன்' என்றான். மேசையைத் திறந்து பத்துருவாவெடுத்து பொதுவே வைத்து, 'சொல்லீற்று எடும்' என்றேன். சொல்லாமல் எடுக்கப் பார்த்தான். கையிலிருக்கும் துணி அளக்கும் கோலால் ஒன்று வைத்தேன். கையை உதறிய வாறு கெட்டவார்த்தை பேசினான். செவுட்டில் ஒன்று கொடுத்து சவுட்டித் தள்ளினேன். தையல்மெஷின் மேல் சரிந்துபோய் மூலையில் விழுந்தான். எழும்பியவன் திரும்பவும் வெளியேற நகர்ந்தான். பழையதுபோல சுவரோடு சேர்த்து நெருக்கி அற்றத்துக்கு கொண்டுபோனேன்.

"நான் கிழவன்டேய், என்னவிடு."

"கேட்டதுக்கு பதில்சொல்லும்."

"அதெல்லாம் இஞ்சவச்சி சொல்லப்பிடாது."

"வீட்டில வந்தா சொல்லுவீரா?"

"உவா."

"சொல்லாட்டா என்ன செய்யணும்? வேண்டின பைசாயள திரும்பத்தருவீரா?"

"உவா. ரேடியோவ எடுடேய் பிள்ள."

"ரெண்டுநாளு அது இங்கயே இருக்கட்டு."

முன்பக்கம் சென்றவனைத் தடுத்து, வெளிக்கதவைத் திறந்து பின்புறமாக அனுப்பினேன். கீழே இறங்கியதுதான் தாமதம், 'கள்ளண்டோய்' எனக் கத்த, டயர் கம்பெனியில் வேலை செய்துகொண்டிருந்தவர்கள் கையில் கம்பித்துண்டு களுடன் விரட்டினார்கள். ஓடியவன், கோட்டை எத்திச்

சாடும்போது செரட்டை முறி ஒன்றை மிதித்து காலில் இரத்தம் பாய, நொண்டி நொண்டி நடந்து கடையின் முன்பக்கம் வந்து நின்று ரேடியோவைக் கேட்டான். உள்ளே வந்து எடுக்கச் சொன்னேன். கொஞ்சநேரம் நின்று கேட்டுப் பார்த்துவிட்டுப் போய்விட்டான்.

பொட்டக்கண்ணு ஆசான் ஓரளவு விஷயந்தெரிந்தவர் தான். ஆனால் அவரது கவனமெல்லாம் மந்திரம், மாயத்தில் இருந்தது. அம்சிவரை தினமும் சைக்கிளில்போய்ப் படித்துவிட்டு நள்ளிரவுக்குப் பின் வீடு திரும்புவேன். அல்லது அங்கு படுத்து விட்டு காலையில் நேராக கடைக்கு வருவேன். துவக்கத்தில் கொஞ்சநாள் அடிவேலை படித்துத் தந்தவர், மந்திரத் தகடுகள் எழுதவும், ஓலைகளைப் பகர்ப்பெடுக்கவும் நிர்ப்பந்தித்தது கஷ்டமாக இருந்தது. ஒருநாள் பகர்ப்பெடுத்துக்கொண்டிருக்கும் போது ஒரு ஓலையை எடுத்து மறைத்து வைத்தார். முதலில் கேட்டபோது பேசாமல் இருந்தவர், மீண்டும் வலியுறுத்தவே, 'அது பெண் விஷயம்' என்றார். பிறகொரு நாள் என்னைத் தனியே அழைத்து, 'கருப்பட்டி முதலாளி நல்லதம்பி நாடாருக்க மகளத் தெரியுமா?' என்று கேட்டார். அன்று மறைத்த ஓலை யிலிருந்து மந்திரம் ஒன்றை எழுதவைத்து, 'இதை நீ ஆயிரத் தெட்டு தடவை உச்சரித்துவிட்டு ஒரு பெண்ணைப் பார்த்தால் அவள் மயங்கி உனக்குப் பின்னால் வருவாள். நீ ஒரு பணக்காரப் பெண்ணை வளைத்து, கிடைக்கும் சொத்தில் பாதியை எனக்குத் தரவேண்டும்' என ஒப்பந்தம் பேசினார். அதுவும் அத்தோடு முடிய வேண்டியதாயிற்று.

O

ஆசானுடன் பரிச்சயப்பட்டு அறுமாசங்கூட ஆகவில்லை. ஒரு செறுப்பக்கார கூட்டம் அவர் பின்னால் திரண்டதை எல்லோரும் ஒரு மாதிரியாகப் பார்த்தார்கள். எங்களது உருவாக்கம் பக்கத்துவீட்டுக்காரனை மீரள வைத்தது. எங்கிருந்தோ ஒரு கடிபட்டியைக் கொண்டு வந்து வளர்த்தான். இறைச்சிக்கு மட்டும் அதற்கு தினம் இருபது ரூபாய் செல வழித்தான்.

விளக்கு வைக்கப்போகிற நேரம். ஒருநாள் அவர்கள் வீட்டு முற்றம் தாண்டி வருகையில், 'சூ! சூ!' என யாரோ பட்டியை விட்டுப் பிடிகாட்டினார்கள். நாலுகால் பாய்ச்சலில் அது என்மேல் வந்து விழ, சத்தம் போட்டேன். வீட்டில் யாருமே இல்லாதது மாதிரி தெரிந்தது. எனக்கு முன்னேயும் போக முடியாது; பின்னேயும் போக முடியாது. குனிந்து

குமாரசெல்வா

கல்லெடுப்பதுபோல பாவிக்க, சாதாரண நாய்களென்றால் பின்வாங்கி நின்று குலைக்கும். இதுவோ மௌனமாக சுதா கரித்து திரும்பவும் பாய்ந்தது. சற்று ஒதுங்கியவாறு தப்பித்து, மீண்டும் வருகையில் கைகளை ஒப்பத்திற்கு விரித்து அதன் மேவாய், கிழ்வாய் நடுக்க வாயை அடைக்கவிடாமல் பிடித்து தூக்கினேன். பின்காலெடுத்து பறண்ட, தரையில் ஓங்கி ரெண்டு மூணு அடிஅடித்து விடுத்தேன். அதன் காலத்தில் எழும்பாத காயத்துடன் நோவின் முனகலை வெளியிட்டவாறு நரங்கிச் சென்றது. சம்பவத்தை இதுவரையிலும் ஒளிந்து பார்த்துக் கொண்டு நின்ற அவன் பெண்டாட்டி நேரில் தோன்றினாள்.

"ஒனக்கென்னலே நீக்கம்பா? ஏம்பிலே பட்டிய அடிச்ச?"

"ஆளுவள வழிநடக்க விடண்டாமா?"

"கொம்மைக்க தாலிய அறுக்க வந்துதாக்கும்பிலே?"

"வீட்டில இருக்கியவியள விளிச்சே, கதை வேற ஆகிடும். கொம்மையப்போல ஆரும் மாங்கா பறிக்க வாறவங்கூட ஓடிப்போகல்ல. அத்தன அருமைண்ணா பட்டிய கெட்டிப் போட்டு வளக்கணும்."

தனது தாயின் உடன்போக்கு குறித்த வாய்ப்பான எனது ஒலிபரப்பு அவளை மேலே பேசவிடாமல் மடக்கியது. அதன் பிரதிபலிப்பு ராத்திரி பத்துமணிக்கு மேல்தான் வெளிப்பட்டது.

"யாருபிலேய் நான் இல்லாத்த நேரம் பாத்து வீடேறி சண்டைக்கு வந்தது?"

முன் கதவைப் பூட்டிவிட்டு வீட்டுக்குள் வந்து படுத்தேன். கதவிலொரு பெரிய கல் வந்து விழுந்தது. தொடர்ந்து கூரை யிலும், மாட்டுத் தொழுவிலும். கேட்க முடியாத நல்ல வார்த்தை கள். எனது மௌனம் ஏற்றிய வெறியில் வீட்டுக்கு முன் படர்ந்து நின்ற ரெண்டு மூணு சீலாந்திகளில் ஏறி குழை அரக்கிவிட்டு ஓய்ந்தான். அவனது சவாலுக்கேற்றபடி மரத்தி லிருந்து கையுடன் உயர்ந்து தாழ்ந்த ஆக்கத்தியை, பௌர்ணமி ஒளியில் உடம்பறையில் கிடந்து கண்ட எனக்கு இப்போது நினைத்தாலும் சிரிப்புவருகிறது.

அதற்குப் பிறகு சுருட்டுவாள் சம்பந்தமாக ஆசானை அதிகமாக நெருக்கினேன். உடனே கொண்டுவந்து தருவது போல உறுதி அளிப்பார். நடக்காது. எதிரியிடமிருந்து எப்போது தாக்குதல் வருமென பயத்துடன் வாழ்ந்துகொண்டிருக்கையில், அவர் காட்டிய மெத்தனம் எரிச்சலைத் தந்தது.

"ராஜன்! சுருட்டுவாள் கேட்ட இல்லியா. எனக்கிட்ட விளையாட்டு படிச்ச ஒருத்தன் கல்யாணத்துக்கு கேரளம் போறேன். இருவது ரூவா இருந்தா அன்னளிச்சிப் பார்க்கலாம்."

"இருவதோ நுப்பதோ தாறேன். வேணும்ணா நானுங்கூட வாறேன். மற்றவன் பிறகும் சண்டைக்கு வந்தான்."

"நீ ஒண்ணும் பேடிச்சாத. அவன நான் பாத்துடலாம்."

ஆசானை மறுநாள் கொச்சப்பிகடையில் கண்டதாகப் பலரும் சொன்னபோது நம்பவில்லை. சாயங்காலம் வீட்டுக்குப் போனதும் விஷயம் உண்மை என்று தெரிந்தது.

"ராஜன்! போகமுடியல்ல. ஒரு பையன அனுப்பிவச்சிருக் கேன். உனக்க காரியத்தையும் கவனிச்சிட்டு வருவான்."

அதற்குப்பிறகு சிலநாள் அதைப் பற்றிய பேச்சே இல்லை. ஒரு மாசங்கழிச்சி பேரனை விட்டு விளித்தார்.

"இப்ப இருவது ரூவா எடுத்தா, நாள ராவில வாளு ஒனக்க கையில."

எப்படியெல்லாமோ மறித்தெடுத்துக் கொடுத்தேன். பழைய கதைதான். ஒருநாள் வீட்டுக்கும் வந்தார்.

"ராஜன்! இதுவொரு நல்ல தருணம். பிரயோஜனப் படுத்திக்க."

கொஞ்சங்காலமாக ஆசான் 'வாளு' என்பதும், உடனே நான் எங்கயாவது போயோ, எதையாவது எடுத்து விற்றோ இருபது ரூபாய் கொடுப்பதும் தொடர்ந்தது.

பக்கத்து வீட்டுக்காரன் வீடு திரும்ப ராத்திரி பத்து மணி வரை ஆகும். அதற்குப் பிறகு வயலங்கரை வந்து வெளிக்கிறங்கிவிட்டு கிணற்றில் குளிப்பான். அப்போது மட்டும் அவன் கையில் எந்த ஆயுதமும் இருக்காது. மற்றபடி, பெண்டாட்டியுடன் படுக்கும்போதும் அந்த நீசஆயுதம் அவன் கையிலிருக்கும். ஆபீஸ் செல்லும்போது பையில் சுருட்டி வைத்திருப்பான். நம்ம சிஷ்யபிள்ள ஒருத்தன் துப்பறிஞ்சி வந்து சொன்னதும், சட்டங்கட்டி வச்சிட்டு வேஷா வெளுத் தோம். தூக்கி வயலில் எறிந்துவிட்டு வீடு திரும்பினோம்.

பிற்ற நாள் காலை முதல் ரெண்டு வாரம் ஆசானும் நானும் தலைமறைவு வாழ்க்கை. அந்தக் காரியத்தில் ஆசான் சம்பந்தப்படவில்லை. என்றாலும் போலீஸ் முதல் பிரதியாக்

  குமாரசெல்வா

கியது அவரைத்தான். கல்லறைத் தோட்டத்தில் ஒளித்துக் கிடந்த நாட்கள் இன்பக்கனவின் அனுபவிப்பு. ஆசானுக்குள் முங்கி, எழும்பியதான உணர்வு. மகாராஜா காலத்திலுள்ள போலீசை எதிர்கொண்டது முதல், கருணாநிதியின் முதல் தவணை ஆட்சியில் கேரளத்திற்கு சைக்கிளில் அரிசி கடத்தினது வரையிலான தனது அனுபவங்களைக் கூறினார்.

ராத்திரி உறங்கும்போது ஒரு கம்பளிதான் இருந்தது. பட்டாளத்திலிருக்கும் சிஷ்யன் ஒருவனின் அன்பளிப்பு. ஆசானின் பிரமாண்ட தேகத்திற்கே அது போதாது. பிறகு அந்த டிசம்பர் மாசக் குளிரில் எனக்கும் சேர்த்து எப்படி காணும்? இளம்பெண்ணின் கல்லறை. இதில் படுக்கவேண்டா மென்று நல்லா சொல்லிப்பார்த்தேன். 'இதுதான் வசதி' எனப் பிடிவாதங்கொண்டார். அந்தப் பயம் ஒருபக்கமிருக்க, என்ன செய்தாலும் பாதிமுதுகு கம்பளிக்குள் வரமாட்டேன் என்று அடம்பிடித்தது. போகப் போக சிமென்ட் குளிர் கடுமையாக வாங்கிப் பறிப்பது தவிர வேறு வழியில்லை என உணர்ந்து மெல்ல தலை உயர்த்திப் பார்த்தேன். ஆளு பூண்ட உறக்கம். இதுதான் வசதி என்று இழுத்தேன். இரண்டு இழுப்பில் ஏகதேசம் பகுதி எனது எல்லைக்குள் வந்தாயிற்று. இனி கொஞ்சம் போல பாக்கி. அப்போதுதான் அந்தக் காரியம் நடந்தது. தூக்கத்தில் சாதாரணமாக அசைவது போல மலந்துபடுத்தவர், இடக்கையை அடியில் கொடுத்து நான் கைப்பற்றிய பகுதிகளை மீக்க முனைந்தார். பிடியை விடாமல் முழுப்பலத்தையும் பிரயோகித்து நான் பின்னுக்கு இழுக்க, ஒவ்வொருவரும் தெரிந்தே, ஆனால் தெரியாதது போலக் காட்டிக்கொண்டோம். பிடியும், வலியும் உக்கிரமடைந்து, கடைசியில் வெற்றி என் பக்கம் என்ற நிலை வந்தபோது பானை கீறியதுபோல ஒரு ஓசை, மூக்கைப் பொத்திக்கொண்டே நாலைந்தடி தள்ளி புல்தரையில் விழுந்தேன்.

ஆசான் என்ன எழவும் தின்னுவார். பனைகளில் அக்காளி குடிக்கவரும் பழவுண்ணிகளைப் பொறிகட்டிப் பிடிப்பது முதல், காக்கை கூடுகளைக் கடஞ்சி பொறுக்குவது வரையிலும் செய்வார். சாராயத்துடன் கூட்ட ஒன்றும் இல்லை என்றால் யாருக்காவது தேன் பெட்டிகளில் கையிட்டு ஈச்சிகளை அள்ளி வந்து வறுப்பார். ஒரு தடவை வளையில் கையிட்டு எலி பிடிக்கப்போய் மாட்டிய சம்பவத்தைச் சொன்னார்.

"டேய்! இப்பதான் பேசிண்டிருக்கேன். என் இருதயம் துள்ர்ந்திட்டுண்டு. விசாகம் கம்பு எறங்கின சமயம். பள்ளி விளையில பனை ஏறீட்டு வரும்ப, வளைக்குள்ள சத்தங்

கேட்டுது. எலி இருக்கும்ணு கையப் போட்டேன். எழவு இருந்ததோ முட்டைபோட்டு அடைகாத்த நல்லபாம்பு. கொத்தின கொத்தல்ல பல்லுபொடிஞ்சி என் வெரலுக்குள்ள ஏறீட்டுது. கூட உள்ள பனையேறிய, 'நீ போக்குத் தான்'னு சொன்னானுவ. நான் இத்திரி சுண்ணாம்பெடுத்து அந்த எடத்தில தடவினேன். வேற ஒண்ணும் செய்யல்ல. வெளஞ்ச மிருங்கயாப் பாத்து ஒரு கடி. இனிச்சிட்டிருந்தது. பல்லுபட்ட எடத்தில பச்சிலையை வதக்கி சூடுவச்சேன். பிறவு கொஞ்ச நாளு பத்தியபாகம். தன்றேடம் இருந்தா மதி. பாம்பில்ல எந்த மயிராவட்டு, நம்மள எனடேய் செய்யும்? அப்பிடி செஞ்சாத்தான் என்ன? ஆன சவுட்டினா உசிரு போவும். மயிரப் பிடுங்குமா?"

வனவாசம் முடிந்த சில நாட்களில் பக்கத்துவீட்டுக்காரன் செத்துப் போனான். நோயாளியான அவன் மேல் நாங்கள் தொடுத்த தாக்குதலும் காரணமாக இருந்தது. இழுக்கத் தொடங்கினா நிறுத்தாத இழுப்பு. உயிர் பிரிய சிரமப்பட்டான். ஒருநாள் உறக்கப் பாயிலிருந்து நான் எழவில்லை, அவன் பெண்டாட்டி நின்று, 'அண்ணா' என்றாள்.

"அவியளுக்கு கூடுதலா இருக்கு. உங்களத் தேடுனும்."

என்னைக் கண்டதும் கண்ணீர்விட்டு அழுதான். 'எனக்க மக்களுக்கு இனி யாரு இருக்கியா?' என பாதி வார்த்தையும், பாதி சைகையுமாக கேட்டான். கையைப்பிடித்து முத்தினான். அவனை ஆறுதல்படுத்தும் முகமாக நானும் சில வார்த்தைகள் சொன்னேன். கூட இருந்து ஆஸ்பத்திரியில் வச்சிப்பார்க்கவும் செய்தேன். அவன் சாகும் முன்பு கூறிய வார்த்தைகள் அப்படியே என் நெஞ்சில் உள்ளன.

"தம்பி! கொஞ்சம் போல நாளு இந்த ஒலகத்தில் ஜீவிப் போம். அதுல நீயா நானாண்ணு மனுஷன். ஒன்னக்கண்டு எனக்குப் பயம். என்னக்கண்டு ஒனக்குப் பயம். அதாங்காரணம். நான் சாவியதுல எனக்கு வருத்தமே கிடையாது. உனக்கு விரோதமா ஜீவிச்சியத விட சினேகமா செத்துப் போறதில சந்தோசம். என்ன அடக்கி குழியில மண்ணுவாரிப் போடும் போது நான் கொண்டு திரிஞ்ச கோமாரியையும், தெரச்சிவாலை யும், வடக்குப்புரையில வச்சிருக்கிற எல்லா ஆயுதங்களையும் நீதான் கூடப்போடணும். செய்வியா?"

யாரை எதிரியாக நினைத்தேனோ, யாருக்குப் பயந்து சுருட்டுவாள் வாங்க முயற்சித்தேனோ, அவன் நண்பனாக மரித்துப் போனதில் மனக்கலக்கம். இனிமேல் அடியும்

                                   குமாரசெல்வா

வேண்டாம், பிடியும் வேண்டாம் என சும்மா இருந்தேன். ஆசான் விடுவதாக இல்லை.

"ராஜன்! கள்ளம்சொல்லியேண்ணு நெனச்சாத. நல்ல சுருட்டுவாளு ஓரிடத்தில் இருப்புண்டு. இப்பபோனா கிட்டும்."

வழக்கம்போல இருபது ரூபாய் கொடுத்தேன். ஏலாயக் கடந்து பொற்றையில் ஏறியவர் மரிச்சினி கம்பின் உதவியால் கொல்லாவிலிருந்து பழம் பறித்தார். பனங்கீற்றோலையுடன் பாறையில் அமர்ந்தவர், முண்டின் நுனிகொண்டு ஓலையில் படிந்த அழுக்கைத் துடைத்து, முனைகளை மடக்கி நடுவில் பள்ளமெடுத்து பட்டைமுடைந்தார். கொல்லாம்பழத்தை அதில் பிழிந்துவிட்டவர், கள்ளுகொண்டு பனையேறி இறங்கும் வரை காத்திருந்தார்.

○

எழும்பி உடம்பறையில் அமர்ந்தேன். தூரத்தெரியும் மாடத்தின் வெளியே நின்று ஒருவர் மண் கவ்விக்கிடக்கும் அதனைக் கவனிக்கிறார். ஆசானாக இருக்குமோ? ஆடிப் போன தூண் கம்புகளைத் தோளில்தாங்கி நிறுத்தியபோது இன்னொருவன் துணைக்குவந்தான்.

நான் ஓடினேன். என் நினைப்பு சரியாக இருந்தால் எவ்வளவு நலமாக இருக்கும். வரப்புகளில் கால் பாவாமல் விழுந்தெழும்பியதைக்கூடப் பொருட்படுத்தாமல். மாடத்தில் வந்து நின்று மூச்சிரைக்கிறேன். சந்தேகமே இல்லை. ஆசான் தான். கூட பக்கத்துவீட்டுக்காரன்.

"ராஜன்! சுருட்டுவாள் கேட்ட இல்லியா?"

"... ... ..."

"ஓரிடத்தில ஒண்ணு இருப்புண்டு. பாப்பமா?"

"... ... ..."

"என்ன டேய் மிண்டாத இருக்கிய?"

"இல்ல."

"பண்டொரு வலிய ஆயான் இனிமே வாளையோ, வேறெந்த ஆயுதத்தையோ எடுக்கமாட்டேன்ணு சத்தியஞ் செஞ்சி காளிக்க முன்ன ஒரு தாழம்பூவுடன் வச்சதாக்கும். அந்தப் பூவு இண்ணைக்கிவர வாடல்ல."

"... ... ..."

அவன் அப்பன் பனையேறம்ப துக்கதேவிக்க தொந்தரவு இருந்தது. திடீர்ணு தீயா மாறி பனைவரை எழும்பி கெட்டி பிடிச்ச வருவாளாம். அக்கானிய காஞ்சாடியில வீத்தம்ப மூத்திரமா நாறும். ஒருநாளு பாளை இடுக்கம்ப கண்டெடுத்தான். பாத்தா சுருட்டுவாளு. அவனுக்க நெலமயக் கண்டு காளிதேவி கொடுத்ததாக்கும்."

"… … …"

"அவன் செத்த பிறகு மொவன் பனையேறி அதக் கொண்டு திரிஞ்சான். திருவெட்டாறு பக்கம் காஞ்சனிண்ணு ஒரு அம்மிங்கிரு. அவளுக்கோட சினேகமுண்டாயி தட்டிக் கொண்டு வரும்ப நாயம்மாரு தடுக்கப் போய் வெட்டுங்குத்தும் கொலவாதழும். தெய்வத்துக்க வாளுக்கு தோஷம் உண்டாக் கிற்றேனேண்ணு காளிக்கே அத திரும்ப படைச்சான்."

"இனிமே அது நமக்கு வேண்டாம்."

"அதுனால ஒருகேடும் உண்டாவாது, காலங்கழிஞ்சதுதான். தோஷங்கழிச்சா செரியாவீடும்."

"அதுக்கில்ல. இனி வேண்டாம்."

"ஏனாக்கும் ?"

பதில் சொல்லாமல் நான் பக்கத்துவீட்டுக்காரனைப் பார்த்தேன். எனது கையைப் பிடித்து மெதுவாய் அழுத்தினான். அதில் அன்பு தெரிந்தது.

"ஒண்ணு கைல இருந்தா கொள்ளாம் இல்லியா டேய்."

"வெறுதால என்னத்துக்கு? கைல இருந்தா என்னெல் லாமோ தோணும்."

ஆசான் தலையை ஆட்டிச் சிரித்தார். அதில் குறும்பு இருந்தது.

"ஒனக்கிது இப்பத்தான் தெரிஞ்சிதா ?"

நான் பதில்பேசவில்லை.

"முதமுதலா எனக்கிட்ட நீ வாளுகேட்ட இல்லியா. அப்பவே எனக்குத் தெரியும்."

"அதுனாலத்தான் ஆகாட்டிட்டு கள்ளுகுடிச்ச பைசா வேண்டினீராக்கும் ?"

குமாரசெல்வா

"ஒம்பிள்ள. வேற என்ன செய்ய?"

"நல்ல ஆளுதான் நீரு."

"நமக்கு சினேகந்தான் டேய் நிரந்தரம் வேணும். ஒண்ணுக் கொண்ணு சண்டை இடுவோம். சரிதான். நீ விழுந்தா நான் தூக்கணும், நான் விழுந்தா நீ தூக்கணும். இல்லாத என்னடேய் வாழ்க்க ... எல்லாம் போவட்டும், வல்லவும் படியறுமா?"

"இதா கொண்டு வாறேன், நிண்ணுடும்."

"வீட்டுக்காரள உபத்திரவிச்சாத. அஞ்சோ பத்தோ கிட்டி னாலும் மதி."

"சரி. ஒரு இடமும் போவாதயும்."

வீட்டில் வந்து மேசையைத் திறந்தேன். நயாபைசா இல்லை. புளிப்பானையைக் கடைந்தேன். அண்டிப்பானையில் கையிட்டுப் பார்த்தேன். எங்குமே இல்லாமை தொனித்தது.

"புரைக்குள்ளபோய் என்னலே கடைய?"

அடுக்களையிலிருந்து அம்மாவின் குரல்.

"ஒண்ணுமில்ல. இருவது ரூவா தருவியா? ஒடுக்கம் தாறேன்."

"ரூவாயா? என்னத்துக்குலே?"

"ஆசானுக்கு கொடுக்க."

"பயலுக்கென்ன கிறுக்கா? கெழவன் செத்த இடத்தில புல்லுகூட முளைச்சிருக்குமே."

●

ஈஸ்டர் கோழி

சற்று பிந்திதான் தம்பி உறக்கம் எழும்பினான்.

இரவு முழுவதும் தூங்காமல் கிறிஸ்து உயிர்த்தெழுந்த நற்செய்தியை அறிவிக்க கூட்டுக்காரர்களுடன் சேர்ந்து லாறியை அலங்கரித்தான். சென்றுவரும் இடங்களை அக்கறையோடு விசாரித்தான். கிறிஸ்துவிடம் அவன் வைத்திருந்த பற்று அல்ல அதற்கு காரணம். விதம்வித மான ஊர்களைப் பார்க்க தம்பிக்கு மிகவும் ஆசை. இந்த மாதிரிப்பட்ட சந்தர்ப்பங்களிலோ, யாருக்காவது கல்யாணமாகும் போதோதான் அது வாய்க்கிறது. விடியற் காலை ஐந்துமணி ஆராதனைக்கு முதல்மணி அடிக்கும் போது வீட்டுக்கு வந்து படுத்தான். அப்பா அவனை உறங்கவிடாமல் தடுத்துப் பார்த்தார். காணிக்கை போட நேற்றே சில்லறை மாறி வைத்த ஒரு ரூபாய் மேஜையில் ஐந்து, பத்து பைசாக்களாகப் பிரிந்து கிடந்தன. பத்து பைசாவை எடுத்து பாக்கெட்டில் போட்ட அண்ணனைக் கூட்டிக்கொண்டு முன் நடந்த அப்பா, 'பயல ஒறங்க விடாத. எழுப்பிக் கொண்டுவா' என்று அம்மாவிடம் கூறிவிட்டுச் சென்றார். கண்ணாடி முன் நின்று கொண் டையைத் திரிப்பான் சேர்த்து பனங்காயளவு உருட்டி கயிறூசி சொருகி அழகு பார்க்கவே அம்மாவுக்கு நேரம் போதவில்லை. அதற்குள் இரண்டாம் மணியும் அடித்து விடவே, 'பய வாறாண்ணா வரட்டு' என்று முணுமுணுத்த வாறு கதவைப் பூட்டி சாவியை எடுத்து, பைபிளை மார்போடு ஒரு கையில் அணைத்துக்கொண்டு மறு கையில் புடவைத் தலைப்பை இழுத்து முழுக்க மூடி, அதன் மூலம் தான், தேவாலயத்திற்கு செல்லும்போது எப்படி நடையைக் காக்கிறேன் என்பதை அறிவித்து, போய்விட்டாள்.

  கும்மாரசெல்வா

தம்பி வரவில்லை என்பதைக் கோயிலில் வைத்தே அப்பா உணர்ந்திருப்பார். ஆராதனை முடிவில் கடைசி ஜெபத்தின் போது கூடக் கொஞ்சம் பையன்களுடன் தம்பி உஷாராவான். நாட்டையர் ஆசீர்வாதம் கூறும்போதே, 'ஆமென்' பாடத் துவங்கி விடுவார்கள். ராகமற்று, வெறும் சத்தத்தையே மைய மாகக்கொண்ட அந்த இழுப்பு பலரை ரசிக்கவைத்த போதிலும், வேதமுத்து டீக்கனாரை கோவப்பட வைத்தது. ஆராதனை முடிவாறாகும் சமயம் முன்னேவந்து சிறுவர்களுக்குத் தெரியா மல் பதுங்கி இருப்பார். சத்தம்போடும் பையன்களைப் பிடித்து நுள்ளு கொடுப்பார். பதிலுக்கு பையன்கள் அவர் ரோட்டில் போகும்போது முடுக்குகளில் ஒளித்திருந்து, 'சிப்பாய்' என விளிப்பார்கள். அது அவரது வட்டப்பெயர். வேதமுத்து டீக்கனார் முன்பு வாத்தியாராக இருக்கும்போது ஒரு மாணவன் பரீட்சைத் தாளில் சம்பந்தமில்லாமல், 'நாங்கள் சிப்பாய் கலகம் நடத்துவோம்' என எழுதி இருந்தான். அது முதற்கொண்டு தான், தாய் தகப்பன்மார் வைத்த பெயருடன் தான் போடும் ஜிப்பாவை வைத்து தனக்கு இப்படியும் ஒரு பெயருண்டு என்கிற விஷயம் அவருக்குத் தெரியும்.

படுக்கையைவிட்டு எழும்பிய தம்பி உறக்கப்பிராந்தல் மாறாமல் அடுக்களைக்கு வந்தான். அங்கே கண்ட காட்சி அவனைத் திடுக்கிட வைத்தது. அவன் அருமையாக வளர்ந்த கோழியை அப்பா தூக்கிப்பிடிக்க, அம்மா பின்னிக்கொண் டிருந்தாள். சிறகுகளை சமமாக விரித்து, நடுவே உடல் தொங்க தலை துவண்டு கிடந்த காட்சி, தேவாலயத்திலுள்ள ஓவியங் களை நினைப்பூட்டியது. வெள்ளிக்கிழமை மும்மணிநேர ஆரா தனையில் சின்ன நாட்டையர் வாசித்த வேதபகுதி நினைவுக்கு வந்தது.

"அவர் நெருக்கப்பட்டும், ஒடுக்கப்பட்டும் இருந்தார். ஆனாலும் தம்முடைய வாயைத் திறக்கவில்லை. அடிக்கப் படும்படி கொண்டு போகப்படுகிற ஆட்டுக்குட்டியைப் போலவும், தன்னை மயிர் கத்தரிக்கிறவனுக்கு முன்பாகச் சத்தமிடாதிருக்கிற ஆட்டைப்போலவும் அவர் தமது வாயைத் திறவாதிருந்தார்."

தம்பி மரிச்சினி விளையில் நின்ற சமயம், எங்கிருந்தோ கோழிக்குஞ்சொன்றைப் பருந்து தூக்கிச்சென்றது. கொஞ்ச தூரம் ஓடியவன், ஒரு மஞ்சணாத்திக்கொம்பில் வைத்து அதைக் கொத்திக் கொல்ல முயற்சிப்பது கண்டு கையில் கிடைத்த பனங்காயால் எறிந்து தள்ளிப்போட்டான். மருந்து

போட்டு கூடையில் வளர்த்தி எடுத்தவன் கண்ணுக்கு, பின்பகுதி தூவல் இல்லாமல் இருக்கும் அது ஆணா பெண்ணா என்று தெரியவில்லை. அதைப் பார்க்கும்போதெல்லாம் சிறு வயதில் இறந்துபோன தனது தங்கச்சியின் தோற்றமே ஞாபகத்தில் வந்தது. அவள் பேராலேயே அதை 'எலிசபெத்' என்று அழைத்தான். தம்பியின் குரலைக் கேட்ட மாத்திரத்தில் எங்கிருந்தாலும் ஓடிவரும்.

தம்பியின் நிற்பைக் கண்டதும் அம்மாவுக்கு குற்றம்செய்த உணர்வு தோன்றியது. அப்பாவின் முகம் பழையது போலவே இருந்தது. அம்மா ஒருமுறை தேங்காயை எடுத்து அதில் படிந் திருந்த எறும்புகளை அடுப்பில் தட்டி பொடுபொடுக்க, அண்ணன் கையில் கொடுத்தாள். அவன் தேங்காய்ப்பால் எடுப்பதில் மும்முரமானான்.

"எழவுக்க கனம்" என்றார் அப்பா.

"சேவக்கோழி இல்லியா" என்றாள் அம்மா. இதைச் சொல்லும்போது ஏனோ சிரித்தாள்.

"கோழியா இது? ஒரு வாழை நடவிடுமா? தெங்கம் மூடுவள கிண்டி, கௌச்சி இல்லாதாக்கிப் போட்டு இல்லியா."

"அதாவது பின்னியும், வெளக்கு வச்ச பெறவுல்லா கூவுது."

"நாயம்மாருவ வீட்டிலண்ணா, ஆறு மணிக்கமேல கூவிய கோழிக்க தலையத்திரும் கூரையில எறிஞ்சிட்டுத்தான் மறுவேல."

தம்பிக்கு அங்கே நிற்கப் பிடிக்கவில்லை. படுக்கையில் விழுந்தவன் கண்களில் நீர் நிறைந்தது. இரண்டு ஆண் பிள்ளை களுக்கு மத்தியில் தங்கச்சி கிடைத்ததும் தம்பிதான் அதிகம் மகிழ்ந்தான். அடிக்கடி அவள் நோய் வாய்ப்பட்டு எலும்புஞ் தோலுமாகிப் போகவே, அந்த மகிழ்ச்சி வெறுப்பாய் மாறியது. டைபாய்டு வந்து ஆஸ்பத்திரியிலிருந்த சமயம். 'மொட்டசவம், என்ன தீக்கியதுக்குண்ணே பெறந்திருக்கு' என்பார் அப்பா. அம்மாகூட, 'இப்பிடி ஒருத்தி எனக்குப் பெறந்திருக்கவே வேண்டாம்' என்று பேசுவதைக் கேட்டிருக்கிறான். அவன் மட்டும் அவள் மேல் உயிரையே வைத்திருந்தான். கோயிலுக்குப் போகும்போதும், ஆஸ்பத்திரிக்குப் போகும்போதும் அவன் தான் அவளை எடுப்பான். யாருக்கும் தெரியாமல் ஒளித் தொளித்து ஐஸ் வாங்கிக் கொடுப்பான்.

'சவத்துக்குப் பெறந்த கோழி. மேல்ல பத்து கடவத்துக்கு தெள்ளு.' கை கால்களை உதறியவாறு எழுந்தார் அப்பா. வெளியே வந்தவர், ஓலைச் சூட்டு கொழுத்தி கோழியின் மேலிருந்த குற்றுத் தூவல்களை வக்கினார். கரிந்த தூவல்களைப் பிடுங்கிய அம்மா, முடியாதவற்றை கத்தியால் சுரண்டித் தள்ளினாள். மஞ்சள் அரைத்துப் பூசி, கழுவித் துடைத்து, தலையுங்காலையும் வெட்டி எறிய, முற்றத்து வாழையிலிருந்து இலை அறுத்து வந்த அப்பா, மண அருவாயை உரலில் தீட்டினார். கழுத்தில் வகிர்ந்து கிழிக்க, நெஞ்சங்கூடு ஒருபுறமும், ஈரலும், குடலும் சேர்ந்த இன்னொரு பகுதி மறுபுறமாகவும் வந்தது. வழிந்த இரத்தம் இலையில் சிதற, கயப்பைத் தேடிய அம்மா கவனமாக அறுத்தெடுத்தாள். கயப்பு கலங்கினால் இறைச்சி கசக்கும். செரட்டையைக் கமத்திப்போட்டு பெரிய கத்தியின் உதவியால் அப்பா கொத்தி நொறுக்க, அம்மா மணஅருவாயில் சின்னதாக அரிந்தெடுத்தாள். பெட்டைக்கோழி அறுக்கும்போதுதான் பிள்ளைகளுக்கு கொண்டாட்டம். முட்டைப் பையைத் தனியே எடுத்து கஞ்சியில் வேக வைத்து அம்மா தின்னத் தருவாள். இறைச்சியுடன் தேங்காய்ப்பால் ஊற்றி அடுப்பில் வைத்தவள், அரைப்பதற்குத் தயாரானாள்.

அப்பா சொந்தத்தில் ஓர்க்ஷாப் வைத்திருப்பதாகச் சொல்லி அம்மாவைக் கல்யாணம் பண்ணினார். பிறகுதான் அவர் ஓர்க்ஷாப்பில் வேலை செய்கிறவரென்று தெரியவந்தது. வேலைக்கு ஒழுங்காகப் போகமாட்டார். காலையில் குளத் துக்குச் சென்று சூண்டை போடுவார். ஒரு மீன் கிடைத்தால் போதும், சுட்டு கையில் எடுத்துக்கொண்டு கள்ளுக்கடையில் ஏறுவார். அம்மாதான் தையல் தைத்தும், தீப்பெட்டி ஓட்டியும் குடும்பத்தை ஓட்டுகிறாள். சில சமயங்களில் உச்சைக்கு குடிக்க ஒன்றும் இருக்காது. தம்பி, பள்ளிக்கூடம் விட்டதும் வீட்டுக்கு வந்து உறக்கம் வைப்பான். முழித்திருந்தால் பசிக்கும். இருட்டிய பிறகு பக்கத்து வீட்டிலிருந்து கதம்பையில் தீ வாங்கி அம்மா அடுப்புமூட்டுவாள். உறங்கி விழுந்து மண்டை வீங்கிய அண்ணன் சாளை மீனின் வாசனை கேட்டதும் பறட்டுபறட் டென்று படிப்பான். நாக்கில் வெள்ளம் ஊற அடுக்களைக்குப் போய் நின்று தலைசொறிவான். படிப்பதற்கு நோட்டுப் புத்தகங் கள், எல்லாம் இருக்காது. பழைய விலைக்கு வாங்கிய புத்தகங் களும் பாதி வருடத்தை எட்டும் முன்பே கீத்துக்கிளியாகிவிடும். அண்ணன் இரண்டு வருடம் தோற்று இருவரும் ஒரே புத்த கத்தை வைத்துப் படிக்கும் தன்னாலியன்ற உதவியைக் குடும்பத் திற்கு செய்தான். தம்பி, பழைய தாள்களைச் சேகரித்து எண்ப தாம் பேஜ் நோட்டொன்றைச் செய்யப்போய், வாத்தியார்,

'இதென்னலே! கொப்பனுக்க குறியமண்டா?' எனக்கேட்டார். அவனுக்கு அவமானமாகப் போய்விட்டது.

தம்பியின் பள்ளியிலுள்ள ஆசிரியர்கள் மனிதாபிமானமே இல்லாதவர்கள். இங்கிலீஷ் வாத்தியாரின் மகன் படிக்காமல் ஊர் சுற்றினான். 'எனக்க மகன் படிக்கல்ல; ஒங்களுக்கென்னலே படிப்பு?' என மாணவர்களிடம் அடிக்கடி கேட்பார். கணக்கு வாத்தியார் தன்னிடம் டியூஷனுக்கு வந்து மாசா மாசம் கணிசமான தொகை தரும் மாணாக்கருக்கு மதிப்பெண்களை வாரிக்கொடுப்பார். பரீட்சையின்போது அவர்களை மட்டும் காப்பியடிக்கவிடுவார். பெரிய பரீட்சையின்போது நல்லா படிக்கும் மாணவர்களின் தாள்கள் வாத்தியார்மாரின் பிள்ளை கள் கைக்கு மாறும். வானத்திலிருந்து பொத்து விழுந்த கணக் கில் நின்று பாவப்பட்ட பையன்களை ஆசிரியர்கள் பரிகசித்தார் கள். குழிமுண்டன் அருள்தாசின் நிக்கர், இடுப்பிலிருந்து தனிநாடு கேட்கும். கீறியதுல ஒண்ண எடுத்து ஆப்பறைஞ்ச கதைபோல, ரேஷன் கடையிலிருந்து சாக்கு நூலெடுத்துக் கட்டி சரிசெய்தான். சயின்ஸ் வாத்தியார் எல்லோருக்கும் முன்னால் சட்டையைத் தூக்கிக்காட்டச் சொல்லி அவனை அவமானப்படுத்தினார். தம்பியிடம், அவன் நிக்கரில் கிடந்த ஓட்டையைக் காட்டி, 'இதென்னலே, பாகிஸ்தான்காரன் போட்ட குண்டா?' என்று கேட்டும் இருக்கிறார்.

பாட்டி இருந்த காலத்தில் மகளைத் தேடி அடிக்கடி வருவாள். கிழவி, ஒரு இடத்தில் இருந்ததை யாருமே கண்டிருக்க மாட்டார்கள். கருங்கசந்தை, திங்களாசந்தை, களியக்காவிளை சந்தை என தினம் ஒரு சந்தையாக மரக்கறி கச்சோடம் செய்வாள். அவள் தலையைக் கண்டதும் பிள்ளைகளுக் கெல்லாம் குஷி. தம்பி கேட்பான், 'முட்டை போட்ட தேட்டு மீனு வாங்கீட்டு வந்தியளா பாட்டி?' எல்லாருக்கும் நண்டு பிடிக்கும். கிழவியும் அதைப் புரிந்து பெரிய சைசான பச்சை நண்டும், குதிப்பு மீனுமாக வாங்கி வருவாள். ஒரு தடவை அவள் நிக்கறும் சட்டையும் போட்ட மீனுவாங்கி வந்தாள். அதன் தொலியை உரித்தெடுப்பதற்குள் பிராணன் போய் விட்டதாக அம்மா சொன்னாள். மறுநாள் கிழங்கும் பழுஞ்சி யுடனும் சேர்த்து அடித்துக்கொண்டு தம்பி பள்ளிக்குச் சென்றான். பணக்கார பையன்கள் வாத்தியாரிடம் பராதி சொல்ல, கையை சோப்பு போட்டுக் கழுவிவர தம்பியை வெளியே விட்டார்.

அம்மாவுக்கு கோழி வளர்ப்பதில் ரொம்ப பிரியம். முட்டைகளைக் கூட்டி அரிப்பானையில் வைத்திருப்பாள்.

                                          குமாரசெல்வா

பெரிய லீவின்போது அடை வைத்துக் குஞ்சாக்குவாள். என்றால் தான் பள்ளிக்கூடம் திறக்கும்போது ஒவ்வொன்றாகப் பிடித்து விற்று பிள்ளைகளுக்குத் துணிமணிகளோ, நோட்டுப் புத்தகங் களோ வாங்க முடியும், அப்பாவுக்கு கோழிகளென்றாலே பிடிக்காது. அவற்றை அட்டகாசப் பிராணிகளாகப் பார்த்தார். கூரையில் ஏறுவதும், விரட்டினாலும் போகாமல் வீட்டுக்குள் ஏறி தூறி வைப்பதும் அவருக்கு கொஞ்சமும் பிடிக்காத காரியங்கள். அடிக்கடி அம்மாவைப் பார்த்து, 'எல்லாத்தையும் கைவச்சிரு, நாளைக்கு நான் ஒண்ணையும் இஞ்ச காணப் பிடாது' என்று உறுமுவார். கோழிகளுக்குத்தான் அவர் எதிரியே தவிர, கோழி இறைச்சிக்கு எதிரானவர் அல்ல. மாமிச வகைப் பட்ட எல்லாம் சாப்பிடுவார். பொக்கன் வந்தபோது தணுப்புக் காக பள்ளியாடி சென்று பண்ணி இறைச்சி எடுத்து வந்தார்கள். சாப்பிடும்போது மூக்கு நீண்ட அந்த ஐந்துவின் நினைவு தம்பியைக் கஷ்டப்படுத்தியது. வீட்டில் எல்லாருக்கும் அதே நிலைதான். அப்பாவுக்கு மட்டும் பிரச்சினை இல்லை. கூட்டில் செத்துக்கிடந்த சேவக்கோழியை வெட்டிப் பூத்தக் கொண்டு போகையில் வாங்கிப் பறித்து, கூட காய்க்காத மாமரத்தின் திருந்தையும் வைத்து அவிச்சி தின்னவரல்லவா? வேற என்ன செய்யமாட்டாரு. அம்மா அடிக்கடி, 'காக்கை, எல்லா வெடக் கையும் தின்னும். காக்கைக்க வெடக்க யாருதின்னுவா?' என்று குத்திக் காட்டுவாள்.

அப்பாவுக்கு குஷி பிறந்தால் அம்மாவை, 'குட்டியே' என்று விளிப்பார். கோழி அறுக்கும் போதோ, இறைச்சி எடுக்கும் நாளிலோ அந்த விளி அதிகமாக இருக்கும். எங்கும் போகாமல் காலையிலிருந்தே கூடமாட நின்று உதவி ஒத்தாசை கள் செய்வார். எல்லாம் உச்சை பனிரெண்டு மணி வரை தான். இறைச்சி வெந்து வரும்போது ஒரு ஏனத்தைக் கையில் ஏந்திக்கொண்டு, 'இஞ்ச எள்ளுபோல கோரித்தா குட்டி' என்று கேட்பார். அதுதான் கடைசி விளியாக இருக்கும். அம்மாவும், 'அடுப்பிலயும், துடுப்பிலயும் இருக்கம்ப கோரியதே வேலையாப் போச்சி' என்று சலிப்பாள். கிடைத்தது கொண்டு மரிச்சினிவிளைக்கு நேராய் நடப்பார். திரும்பி வரும்போது சில சமயம் கூட ரெண்டு மூணு கூட்டுக்காரர்களும் வருவார் கள். எந்த வஞ்சமுமின்றி தின்னுமுடித்து, பொடித் துணுக்கு கூட பிள்ளைகளுக்கு மிச்சம் வைக்காமல் செல்வார்கள். அப்பா நாலு காலில் தவழ்ந்து வீட்டுவாசலை எட்டும் முன்பே அம்மா தடுக்கை எடுத்து விரிக்கவேண்டும். இல்லையேல் கொலவாதம் நடக்கும். சம்பளக்கால் போட்டு இருப்பவர் முன்னால் அன்றைக்கு அவித்த சோறு, கூட்டுக்கறி, இறைச்சி

வகைகள் எல்லாவற்றையும் மொத்தமாக வைக்க வேண்டும். ஒரு தடவை மாங்கா ஊறுகாய் இருப்பது அம்மாவுக்கு மறக்கப்போய், சட்டிப் பானைகளோடு தூக்கி முற்றத்தில் எறிந்தார். தடுக்கப் போன அம்மாவின் தலைமுடியைப் பிடித் திழுத்து, 'எனக்குத் தராம தின்னுவியா கள்ளி?' என்று தூணோடு சேர்த்து இடித்தார். அம்மாவும் விடவில்லை. 'பூதத்துக்கு படையல் வச்சது போல வாய்க்கு ருசியா படியிற வச்சேனடா... என்னையா அடிக்கிய? ஓங்கை புழுக்காம இருக்குமாடா?' என்று ஒப்பாரி வைத்தாள். சில சமயம் அந்த தூணைப் பார்த்தபடி தன் போக்கில், 'நான் கேப்பாரும், கேள்வியும் இல்லாத்தவா' என்று கண்ணீர் விடுவாள். சாதாரண நேரங்களில் கூட அப்பாவுக்காக யாராவது பரிந்து பேசினால், 'என்ன கெட்டேற்று வந்து வீட்டில இருப்பு வச்சல்ல. அதுக்குள்ளால நகையள எல்லாம் கழற்றி நிறுத்துப் பாக்க நிண்ணவராக்கும். ஆளு காயங்கொளத்து வாளுதான்' என்பாள். தனக்கு முன்பாக வைக்கப்பட்ட உணவு வகைகளை ஒரு விளையாட்டு விளை யாடி விட்டு எழும்புபவர், அடுக்களைக்குப் போய் இஞ்சி எடுத்து தோல்கூடக் களையாமல் கறுமுறு கறுமுறுவெனக் கடித்துச் சாற்றை இறக்கி, 'உவாவ்' என பெரிய ஏப்பமொன்றை விடுவார். அதற்குப் பிறகு மிச்சம் மீதி ஏதாவது இருந்தால் வீட்டிலுள்ளவர்கள் உண்ணலாம். குடிபோதையில் அவர் கைகால் விட்டு அளைந்த எச்சில் பொருட்களை ஆரம்பத்தில் அம்மா பல்லைக் கடித்தபடி உண்பாள். இப்போதெல்லாம் தொடவேமாட்டாள். எல்லாரும் தின்றுமுடியும் வரை கட்டிலில் கள்ளஉறக்கம் போடுபவர், 'உச்சகூட்டத்துக்கு யாரும் போவே லியா?' என்று கேட்பார். 'இண்ணைக்கு கூட்டம் ஒண்ணும் இல்ல' என்று பதில் வரும். 'பின்ன அடுத்த வீட்டுக்கு விளை யாடப் போங்கலே' என விரட்டிவிட்டு அம்மாவின் கையைப் பிடித்திழுத்தவாறு கதவைச் சாத்துவார். மறுநாள் காலை நல்ல பிள்ளையாகி விடுவார். அதுவும் பத்து மணிவரைக்கும் தான். சட்டியில் மீந்த இறைச்சியை சூடாக்கி தரக்கேட்டு நேற்று மீதிவைத்த சாராயத்தைக் கழுவித் துடைப்பார். அம்மா வும், 'நரி புழுக்கவச்சி புழுக்கவச்சி தின்னுமாம்' என முணு முணுத்தவாறு அவர் சொல்வதை எல்லாம் செய்வாள்.

அப்பாவின் குணங்களில் ஏகதேசம் எல்லாம் அண்ண னுக்கு உண்டு. வளர்ந்தபின் அவன் இன்னொரு அப்பாவாக இருப்பான் என்று அம்மா சொல்லுவாள். பாட்டிக்கு அவனைக் கொஞ்சமும் பிடிக்காது. 'நஞ்சு நானாழி வேணுமா? இது ஒண்ணே போராதா?' என்று கேட்பாள். வயலில் போய் நண்டு பிடித்து தெங்கம் ஈக்கிலில் கொருத்தவாறு கிழவி

   குமாரசெல்வா

சீலை அடித்து விரித்திருக்கும் இடமாகப் பார்த்து தரையில் அடிப்பான். அதிலிருந்து தெறிக்கும் பச்சை மாமிசவாடை அவளுக்குக் குமட்டும். கிழவியிடம் பிடிகொடுக்காமல் ஓடுபவனைத் தூரத்தில்நின்று, 'நல்லநாளு பாத்து வெட்டி வெலி குடுக்காம ஒன்னனல்லாம் உயிரோட வச்சி கொலத் தீற்றி போடுனுமே' என்பாள். பிறகு திரும்பவும் அடித்து நனைக்க குளத்திற்கு போவாள். அப்பா அவனை அடித்ததை தம்பி ஒருதடவைதான் கண்டிருக்கிறான். ரெயில்வே லைனில் மாடும், கயிற்றுடன் ஒரு கையும், புதர் மறைவில் பச்சை இலைகளுக்கிடையில் புகையும் தெரிய, அப்பா அவனைப் பிடித்து, 'இனிமே பீடி குடிப்பியாலே' எனக் கேட்டுக் கேட்டு அடித்தார். ஒருகையில் புளியம்மாறும், மறுகையில் சிகரெட் எரியவும்.

தம்பியின் முன்னால் எலிசபெத்தின் ஞாபகம் கனவைப் போல வந்து நின்றது. அவளைப் பெட்டியில் வைத்து மூடி ஆணி அடிப்பதுவரையிலும் அவனுக்கு எதுவுமே தெரியவில்லை. தங்கச்சி சுகமான நித்திரை புரிவதாகத் தோன்றியது. கழுத்தில் கிடந்த மாலையும், சாம்பிராணித் திரியின் பயமுட்டக்கூடிய மணமும், மெழுகுவர்த்தியின் வெளிச்சமும் திகிலூட்டியது. நாட்டயர், கனத்த பாடலொன்றைப் பாட பெட்டியை தூக்கிக் கொண்டு வெளியே இறங்கியபோதுதான் அழத் துவங்கினான். கேவிக்கேவி அழுதான். என்னவென்று சொல்ல முடியாத, ஆனால் அவனிடமிருந்த ஒன்றை வலுக்கட்டாயமாகப் பறித்து வாங்கியது போல.

அம்மா மரக்கறி அரியும்போது மூணு மக்களும் சுற்றி வளைந்திருப்பார்கள். தம்பி, வெண்டைக்காயின் நெட்டெடுத்து தங்கச்சி நெற்றியில் பொட்டு வைப்பான். தொவர்த்தைச் சேலையாக அவளுக்குக் கட்டி, 'புதுப்பெண்ணு வாறாடேய்' என்பான். அவளும் அதை நிரூபிக்க அப்படியும் இப்படியும் நடப்பாள். அம்மாவிடம் மாலையைக் கழற்றித்தரக் கேட்பாள். கெட்டுத்தாலியைக் கழற்றக் கூடாது என்று அவள் கூறுவாள். ஒரு நாள் எலிசபெத் அம்மாவிடம், 'நீங்க எப்ப சாவிய?' என்று கேட்டாள். 'ஏம்பெண்ணே, நான் உயிரோட இருக்கியது ஒனக்குப் பிடிக்கல்லியா' என்றாள் அம்மா. 'நீங்க செத்ததும் ஒங்க கல்யாண சாரிய நான் எடுத்து உடுப்பேனே ...' குழந்தை மகிழ்ச்சியில் கைகளைக் கொட்டியது. 'நான் செத்தா பெட்டி யில் எனக்குக் கூடயே வச்சி பூத்த இல்லியா செய்வினும்.' கொஞ்சநேரம் யோசித்து விட்டு குழந்தை, 'எனக்கு அதத் தாருங்கண்ணு கேட்டு வாங்குவேனே' என்றது.

ஒருநாள் எலிசபெத் அப்பாவின் கையைப் பிடித்து வைத்துக் கொண்டு, 'எப்பே ... இந்தக் கையப் பாருங்க, என்னா கறுப்பு. இந்தக் காலத்தில் யாராக்கும் ஒர்க்ஷாப்பில வேலை செய்வா?' என்று கேட்டாள். 'குட்டியேய், இந்தக் கையாலதான் ஒன்ன நான் கைபிடிச்சிக் கொடுப்பேன்' என்றார் அப்பா. குழந்தைக்கு சங்கடமாய்ப் போய்விட்டது. மடியிலிருந்து வேகமாக இறங் கியவள் தரையில் கிடந்து உருண்டவாறு, 'எனக்கு நீ கைபிடிச்சித் தரண்டாம்' என்று அழுதது.

தம்பிக்கு அழுகையை நிறுத்த முடியவில்லை. நன்றாக அடக்கிப்பார்த்தான். அவனையும் மீறி வெளிப்பட்டபோது அம்மா கவனித்தாள். 'லேய் கரையவா செய்ய? மரியாதியா எழும்பிவந்து சோறுதின்னு.' அவன் அழுகை உச்ச நிலையை அடைந்தது. வேற கோழி வாங்கித் தரலாம் என்று அமைதிப் படுத்தியும் அடங்கவில்லை. அப்பா சோற்றில் கைவைக்கப் போன சமயம். 'எலிசபெத்தே, என் தங்கச்சி குட்டி ...' எனக் கதறலுடன் சத்தம் போட்டு அழுதான்.

போதையிலிருந்த அப்பாவை அதையும்மீறி அந்தக்குரல் சென்று தாக்கியது.

●

குமாரசெல்வா

காறாட்டம்

சீத்தாவிடம் தூரத்தில் கேட்ட செண்டையின் முழக்கம் ஒரே சமயத்தில் பல அதிர்வுகளை உண்டாக்கியது.

அது ஒழுங்கான தாளமுடையதாக இருக்கவில்லை. மலையிலிருந்து உருண்டுவரும் கல்போன்ற பேரிரைச் சலைக் கொண்டிருந்தது. தாறுமாறாக, யாரோ ஆத்திரத் தில், கள்ளுகுடித்த வெறியில், எப்படியெல்லாமோ, கையில் கிடைத்த எதைக்கொண்டோ அடித்து பிய்த்துக் கொண்டிருந்தார்கள். ஜன்னலில் முகத்தை இடுக்கிப் பார்த்தாள். பக்கத்தில் விரிந்த மைதானம் தொட்டு தூரத்து மலைகள் வரையிலும் எந்த அசைவும் இல்லை. அவள் நேர்த்தியை வெறுத்தாள். எந்தப் பொருளையும் எடுத்த இடத்தில் வைக்காமல் குலைத்துப் போட்டாள். வெந்தும் வேகாத இறைச்சி – காய்கறிகளில் காணும் ருசி, பாத்திபிடித்து நட்ட ரோஜா செடிகளைவிட மண்டிக்கிடக்கும் புதர்களைக் காண்பதிலுள்ள ஆனந்தம், ரோட்டோரங்களில் கும்பல் கும்பலாகச் சிதறிக்கிடக்கும் ஜனங்களில் அடையும் மகிழ்ச்சி; அடிக்கடி உருவான அன்று வெறுமையாய், வெறும் மூலகமாய் இருந்த உலகத்திற்குச் சென்று மீண்டாள். யாருமில்லாத நேரத்தில் ஆடை ஆபரணங்களைக் களைந்து, கணவன் பூட்டிய தாலியைக் கழற்றி வீசி, வெற்றுடம்பில் அரைஞாண் கயிறுகூட இல்லாமல் திரிவது அவளுக்குப் பிடித்திருந்தது. கோபாலன் புல்லாங்குழலில் உயிரையே வைத்திருந்தான். அடிக்கடி அவளைக் கிட்ட இருத்தி வாசிப்பான். ராக வகைகளுக்கேற்ப காற்றைப் பணியவைத்துப் பெருமை யுறுவான். அவளுக்கு அதெல்லாம் பிடிக்காது. அவனைக்

கண்டோ, காணாமலோ புல்லாங்குழலை எடுத்து மனம் போன போக்கில் ஊதி சத்தமெழுப்புவாள். 'இப்பிடி ராத்திரி நேரம் நீ தாறுமாறா ஊதினா பாம்பு வரும்' என்று அவன் விலக்குவான்.

சிறுவயது முதலே பாம்புகள் என்றால் அவளுக்கு மிகவும் பிரியம். மழைக்காலங்களில் நீராழியில் குளிக்கப்போகும் தம்பியைத் தடுத்து, அங்கே பத்திவிரித்த பாம்புகள் நிற்கு மென்று அம்மா கூறுவதைக் கேட்டிருக்கிறாள். காவுகளில் கறுத்த நிறத்தில் கல்லாக நிற்கும் நாகங்களை செம்பருத்திப் பூ சாற்றித் தொழுதுவிட்டு, பின்னும் நீண்டநேரம் பார்த்துக் கொண்டே நிற்பாள். நாகராஜா கோயிலுக்குப் போகும்போது அவள் தேகமெங்கும் வித்தியாசமான உணர்ச்சி பரவி நிற்கும். அரசமரங்களைச் சுற்றிலும் விதம்விதமாக எத்தனை எத்தனை பத்தியெடுத்த பாம்புகள். அந்த இடத்தை விட்டுத் திரும்பவே மனம்வராது. இருந்தாலும், உயிரோடு ஒரு பத்தியெடுத்த பாம்பைக்காண ஆதங்கம்.

இப்போது செண்டையின் முழக்கம் கிட்ட நெருங்கி வருவது போலத் தோன்றியது. நிச்சயம் அது அந்தப் பறைச்சேரி யிலிருந்துதான் வருவதாய் இருக்கும். துணிகளை அவிழ்த் தெறிந்துவிட்டு, தலையையும் பிரித்துப்போட்டு ஆடவேண்டும் போலத் தோன்றுகிறது. ஜன்னலில் நுழைந்து வெளியே வர முடியுமா? என்ற யோசனையில் பார்க்கிறாள். மைதானத்தில் இறங்கி ஓடினால் எப்படி இருக்கும்?

பாட்டி, கதைபோல சொல்வாள். இன்றுகூட, சீத்தாவுக்கு அந்த விஷயங்கள் கற்பனையில் மாயக்கனவாக நெளிகிறது. அவள் பிறப்பதற்கெல்லாம் முந்தி தினமும் உச்சநேரம் பார்த்து ஒரு நல்லபாம்பு வீட்டுவாசலில் வந்துகிடக்கும். கடைக்கு பால் கொடுத்தனுப்ப கறக்கும் நேரத்தை துல்லியமாய் அறிந்து வரும். அதற்குப் பால்வார்த்துவிட்டு பாட்டி சொல்வாள், 'இனி நமக்கு நாள காணாம். இண்ணத்தைக்கு இவிடம் விட்டு போய்க்கோ.' அசையாமல் அப்படியே கிடக்கும். 'தான் எந்தினி இங்ஙன கிடக்குந்தது?' அனக்கம் இருக்காது. 'தனிக்கு ஈ ஸ்தலம் விட்டுப் போகான் எந்து வேணும்?' பத்தி விரித்தவாறு அரையடிமட்டும் தரையில் பரவி தேகத்தை மேலுயர்த்தி தலையசைக்கும். 'உம்ம வேணோ?' செல்லமாய் நெற்றியில் முத்தம்வைப்பாள். சிலசமயம் அப்படியும் போகாமல் கிடக்கும். பாட்டி தனது மகளை விளித்து உம்ம தரச் சொல்லு வாள். குழந்தைகள் மடியில் வாரி இட்டும், கழுத்தில் சுற்றிப்

  குமாரசெல்வா

போட்டும் கொஞ்சுவார்கள். மனசாந்தி ஏற்பட்ட பிறகே அவ்விடம் விட்டு நகரத்துவங்கும்.

தூரத்தெரியும் மலையடிவாரத்தில் பறைச்சேரி உள்ளது. கிழக்குப் பகுதியில் கரையேறிய நாயர் குடும்பங்களின் வயல்களில் கூலிவேலை செய்யும் ஒரு கூட்டம் மக்கள் அதில் வசிக்கிறார்கள். அந்தக் கூட்டத்தில் ஒருத்தி பிள்ளையுடன் பாம்பையும் பிரசவித்தாள். ஊரார் பாம்பை எடுத்துக்கொண்டு போய் நாகராஜா கோயிலில் விட்டனர். பிள்ளைகள் வளர்ந்து சொத்து பிரித்து குடும்பமாகிய காலத்தில் ஒருநாள் அறுவடை சமயம். நெற்கட்டுகளை களத்திற்கு கொண்டு வருகையில், பாம்பு குறுக்கே நின்று வழி மறித்தது. பத்தி விரித்து, கோபா வேசத்தில் அங்குமிங்குமாகச் சுழன்றுச் சுழன்று தரையில் கொத்திய அதன் தோற்றத்தைக்கண்ட அண்ணன்மார்கள் கதிர்கட்டுகளை அப்படியே போட்டுவிட்டு ஓடினார்கள். பாம்பு அந்த இடத்தைவிட்டு நகரவில்லை. ஒன்றும் குடிக்காமல் ஏழுநாட்கள் அங்கேயே கிடந்தது. சேரியிலுள்ளவர்கள் அற்குரிய வீதத்தைக் கொடுத்து விடுமாறு அண்ணன்மாரிடம் கூறினர். அவர்களுக்கு மனம் வரவில்லை. அதைக் கொல்ல நினைத்து நாற்புறமும் வைக்கோல்போட்டு தீவைத்தனர்.

சீத்தாவின் தகப்பன் மணிகண்டன் நாயர், பழைய நாலு கட்டு வீடு புதிதாய்ப் பெய்த மழையில் சரிந்ததால் புதிய வீடொன்று போடத்துவங்கினார். நாயர்கள் குடியிருக்கத் துவங்கிய அந்தப் பகுதி முழுமையுறாத அரைக் குடியேற்றமாய்த் தான் இன்றும் காணப்படுகிறது. வீடெழுந்து குறை தீருமுன்னே பல இடங்களில் புற்றுகள் முளைத்தன. முதலில் ஒன்றிரண்டை தட்டிப் போட்டார். அவ்வாறு செய்யச் செய்ய பத்து இருபது என நூற்றுக்கணக்கில் முளைக்கவே, ஒன்றும் செய்யமுடியாமற் போயிற்று. அந்த இடத்தில் கருகிய தேகத்துடன் நல்லபாம் பொன்று ஊர்வதைப் பலரும் கண்டனர். இதனால், இடிந்து போன பழைய நாலுகட்டு வீட்டின் ஒரு பகுதியை சரிசெய் தெடுத்து மணிகண்டன் நாயர் குடும்பம் அதில் நிரந்தரமாக வசிக்கும் நிலை ஏற்பட்டது.

அந்த ஆண்டு தென் திருவிதாங்கூர் ராஜியத்தில் சி.பி. இராமசாமி ஐயரால் தாழ்த்தப்பட்டவர்களின் ஆலயப் பிரவேசன சட்டம் கொண்டுவரப்பட்டது. தாழ்த்தப்பட்ட சாதியினர் கிறித்தவ மதத்தில் பெருந்திரளாகச் சேர்வதைக் கண்டதும் அவசர அவசரமாக அந்தச் சட்டம் நிறைவேற்றப் பட்டது. அதன் பேரில் பறைச்சேரியிலிருந்து காந்திராமன்

என்பார் தலைமையில் ஒரு கூட்டம்பேர் மணிகண்டன் நாயருக்குச் சொந்தமான கோயிலில் ஆலயப்பிரவேசனம் செய்தனர். விழித்துக்கொண்ட நாயர், 'ஈ பறையன்மார் பிரவேசனம் செய்த பறம்பில் இனி ஞான் காலு சவுட்டுவான்?' என்று ஆவேசப்பட்டு அன்றிரவே கோயிலை இடித்து தரை மட்டமாக்கினார். வீட்டிலுள்ளவர்களிடம், 'ஆ சர்ப்பம் இவிட எவிடேங்கிலும் வந்தால் ஞான் கொன்னே திரும்' என்று சபதம் செய்தார்.

அதன் பலனை அவர் சீக்கிரம் கண்டுவிட்டதாகப் பாட்டி சொல்வாள். மாசந் திகைந்திருந்த நாயரின் மனைவி, சீத்தாவை ஊமையாகப் பெற்றெடுத்தாள்.

செண்டையின் முழக்கம் நிற்காது போல இருந்தது. அது நிற்க வேண்டுமானால் ஒன்று செண்டை உடைந்து தெறிக்க வேண்டும். இல்லையேல், அடிப்பவன் மரிக்க வேண்டும். தேகத்தில் துளி உயிர் இருக்கும் வரை அடிப்பவன் ஓயமாட் டான் போலத் தோன்றுகிறது. தனக்குப் பின்னால் சாவி கிலுங்கியதை உணர்ந்தவள் ஜன்னலிலிருந்து முகத்தை எடுத்தாள். கோபாலன் கதவைத் திறந்து உள்ளே வந்தான். மூத்த தாரம், மகனைப் பறிகொடுத்த வருத்தத்தில் ஏங்கிச் சாக, இரண்டாவ தாக சீத்தாவை மணம்புரிந்தான். அவள் கருவுற்றிருந்த சமயம். சிலையைக் கழற்றி வீசிவிட்டு, தலை விரிக்கோலமுடன் அந்த மைதானத்தில் ஓடியதிலிருந்து இப்படி உள்ளே தள்ளிப் பூட்டி விட்டுச் செல்கிறான். இப்போது கைக்குழந்தை வேறு. ஒவ்வொரு தடவை கதவு பூட்ட சாவி கிலுங்கும் போதும் சீத்தாவின் நரம்புகள் அதிரும். லோகமே கிடுங்கும் வகையில் கதற வேண்டும் போல இருக்கும். எந்த மறுப்பையும் அவள் வெளிக் காட்டமாட்டாள். கடலைச் சுருட்டி வயிற்றுக்குள் வைத்த அமைதி முகத்தில் காணப்படும்.

புகுந்த வீட்டில் சீத்தா கண்ட முதற்காட்சி உருக்குலைந்த பாம்புப்புற்று. அவள் மனம் குதூகலித்தது. அந்த வீட்டில் கால் சவுட்டிய பேற்றை எண்ணி பெருமிதங்கொண்டாள். அன்றிரவு அவனோடு படுத்திருந்த வேளையிலும் பாம்பைக் குறித்த நினைவில் இருந்தாள். மறுநாள் உயிருள்ள பாம்பைக் காணப் போகும் நிகழ்ச்சியைப் பல்வேறு முறைகளில் பார்த்து கற்பனையில் உவந்தாள், விடியற்காலை புற்றினருகே அவள் நிற்பதைக் கோபாலன் கவனித்தான். அன்று முழுவதும் பரபரப்பில் கழிய, பாம்பு வரவில்லை.

  குமாரசெல்வா

ரெண்டு வருடங்களுக்கு முன்புவரை கோபாலனின் மூத்த தாரம் இந்தப் புற்றில் ஒழுங்காக பால் வார்த்து, பழம் வைத்து, இருட்டியதும் விளக்கேற்றி பராமரித்து வந்தாள். நாகம் காட்சிதரும் சமயங்களில் பயபக்தியோடு கும்பிடுவார்கள். ஒருநாள் வெளியே போய்விட்டு வரும்போது அவர்களது ஒரே மகன் புற்றின் வாசலில் மரித்துக் கிடந்தான். தேகம் கறுத்து இருண்டிருந்தது. அன்று உடனே கோபாலன் புற்றை சிதைத்தான். மறுநாள் அகப்பட்ட பாம்பு ஒன்றிரண்டு அடி யோடு தப்பிவிட்டது.

அந்த துஷ்ட ஜந்துவ நம்ம வம்சமே வழிபடக்கூடாதென்று சொன்னபோது, சீத்தா அதிர்ந்தாள். காலங்காலமாக, பரம்பரை பரம்பரையாக உதிரத்தில் கறையாகப் பிடித்த உணர்வு அது. அவ்வளவு சுலபத்தில் நீங்கிவிடுமா? மனதில் அந்த அனாமதேய உருவை மறைத்து வைத்து வழிபடத் துவங்கினாள். இப்போது அடிக்கடி அவள் கனவில் ஒரு பாம்பு வருகிறது. தேகம் கரிந்து ஆறிய தழும்பில் யாரோ திரும்பவும் அடித்து குருதி சொட்ட அவளுக்கு முன் விழுந்து கிடக்கும். பிடித்து மடியில் கிடத்தி தலையை வருட வேண்டும்போல இருக்கும். அருகே சென்றால் ஓடிவிடும். சொப்பனத்தில் அந்தப் பாம்பை அவள் விரட்டுவதும், பிடிகொடுக்காமல் அது ஓடுவதும் தொடர்ந்து கொண்டே இருந்தது.

ஆண்டுகள் மாறின. சீத்தாமட்டும் பழையதுபோலவே இருந்தாள். புல்லாங்குழலைத் தூசிமூடி மறைத்துவிட்டது. பரம்பில் தன்னுடன் கிடக்கும் சீத்தாவை கோபாலன் நெடு நேரம் பார்ப்பான். அவள் வாய்தான் பேசாதே தவிர, கண்கள் ஊமையல்ல. அவளை அவனொரு குழந்தையாக நினைத்தான். எனவே அவளுக்கு குழந்தை இல்லாதது குறித்து கவலைப்பட வில்லை. தூக்கம் பல்லக்கேறும் சமயம். சிக்கித்தெறித்து எழும்பு வான். அவளுக்கருகிலிருந்து யாரோ எழும்பிச் செல்வதான உணர்வு. ஓடிப்போய் விளக்குகளை ஏற்றிவிட்டு அங்குமிங்கு மாகப் பார்ப்பான். யாரையும் காணாது.

ஒருநாள் சீத்தாவின் கனவில் அந்தப் பாம்பு வந்து நின்று அவளை விளித்தது. என்ன ஆச்சரியம், அவளும் இப்போது பேசத் துவங்கிவிட்டாள். 'கறுப்பா ...' என விளித்தபடி வந்தாள். அது ஓடத் துவங்கியது. இவள் விடவில்லை. மலை, காடு, அருவி, குளம் என விரட்டிக்கொண்டே இருந்தாள். குன்றின் மேல் பன்றி பிடிக்க மூட்டி இருந்த தீயைக் கண்டதுதான்

தாமதம், பாம்பு நின்றுவிட்டது. ஓடிச் சென்று அதைப் பிடித்து தூக்கினாள். முகத்தோடு முகம் வைத்து கொஞ்ச நினைக்கையில் பாம்பு இளவரசனாக உருமாறியது. அவள் அவனிடமிருந்து தப்பியோடத் துவங்கினாள். அவன் அவளை குளம், அருவி, காடு, மலை என விரட்டிக்கொண்டே வந்தான்.

அவனை இதற்குமுன் பலதடவை கண்டிருக்கிறாள். தூரத்தெரியும் பறைச்சேரியிலிருந்து வருவான். மைதானத்தில் இறங்கி ஒரு சுற்று ஓடி முடித்துவிட்டு பக்கத்திலிருக்கும் அறைக்குள் நுழைவான். வெளியே வரும்போது அவன் உடம்பு நிக்கர், பனியனில் மாறி இருக்கும். மரத்தின் மூட்டில் ஒரு உடைந்த பெஞ்சைத் தூக்கிப்போட்டு படுத்தவாறு வெயிட் எடுப்பான். பலகோணங்களில் நின்றபடி, கையில் கழுத்தில் எடைகளை சுமந்து, தோளிலும் தொடையிலும் சதைகள் புடைக்க, இருந்தும் எழும்பியும் அவன் நெளிவதைக் கண் ணெடுக்காமல் பார்ப்பாள். கைகளைத் தரையில் ஊன்றி கால்களுக்கு அழுத்தங்கொடுத்து உயர்த்தி மரத்தில் சாய்த்து தலை குத்தற நிற்பான். அவளுக்கு வேடிக்கையாக இருக்கும். விளையாட்டு முடிந்ததற்கான அடையாளம் அதுதான். அதற்குப் பின்னுள்ள அவனது செயல்கள் அதிர்ச்சியாகவும், அதை நினைக்கும்போது அவளுக்கு சிரிப்பாகவும் வரும். மைதானத்தை யும், அவர்கள் வீட்டையும் பிரிக்கும் மண்சுவரில் ஏறி நின்று யாராவது தன்னைக் கவனிக்கிறார்களா என்று பார்ப்பான். ஜன்னல் திரை, சீத்தாவை சாமர்த்தியமாக மறைத்துவிடும். உள்ளே இறங்கி நேரே வடக்குப்புறம் செல்வான். கோழிக் கூட்டினுள் தலையை நுழைத்துப் பார்ப்பான். அவன் ஏமாறாத வகையில் குறைந்தபட்சம் இரண்டு முட்டைகளாவது எப்போதும் கிடைக்கும். மைதானத்துக்கு வந்து தட்டி உடைத்துக் குடித்து விட்டு தோடுகளைத் தூக்கிப் போட்டு காலால் அடிப்பான். சேரியை நோக்கி நடக்கும்போது உற்சாகமும், அவன் அசைவில் புதிய கம்பீரமும் தெரியும்.

அவனை ஊரார் எதற்கெடுத்தாலும் அடியின் மூலமே விசாரித்தார்கள். கோபாலன்கூட ஒருநாள் அவனை மோசமான வர்களைக் குறிப்பிடும் வார்த்தையால் அழைப்பது கண்டாள். அப்போது ஒரு ஓட்டலில் வேலை பார்த்துக்கொண்டிருந்தான். வெள்ளங்கோருவது, மாவாட்டுவது, மேசை துடைப்பது, விறகு வெட்டுவது என அந்த ஒல்லி தேகத்தை வைத்து பல வேலை களை வாங்கினார்கள். இதையும் மீறி அவன் தேகம் மினுப்புற்று வந்தது. ஒருநாள் ஓட்டல் முதலாளி வேலையாட்களை வைத்து அவனை இரத்தங்கக்க அடித்தபோதுதான் காரணம் தெரிந்தது.

குமாரசெல்வா

இறைச்சி வெந்து வரும்போது சாறை இறுத்தெடுத்து குடிப்பதை வழக்கமாகக் கொண்டிருந்தான். ஓட்டல் வேலை போனதும் திருட்டு தொழிலானது. கருக்கு மோட்டிப்பது அவனுக்கு பிரியமான தொழில். பணத்தை விட வயிற்றுக்காக திருட வேண்டுமென்ற ஆவலே மேலோங்கி இருந்தது. எப்போதும் தின்றுகொண்டிருக்க வேண்டும் என்பதை தாரகமந்திரமாகக் கொண்டிருந்தான். தினவெடுத்த தேகத்தை எங்கே உரசலாம் என்று அலைகிற எருமை மாட்டைப்போல இரவு நேரம் வீதிகளில் அலைவான். பைத்தியக்காரி, சுயபோதமுள்ளவள் என்ற பாகுபாடெல்லாம் இவனிடம் கிடையாது. ஒரு குஷ்ட ரோகப் பெண்ணிடம் அவள் குஷ்டரோகி என்பதைத் தெரிந்தே ஏறி இருக்கிறான். சாயங்கால நேரங்களில் வீடுகளின் முன் சுற்றி இருந்து கதையடிக்கும் பெண்கள் இவன் தலையைக் கண்டால் எழும்பி ஓடிவிடுவர். பெண்களைக் கண்டவுடன் இவனுக்கு மூத்திரதரிப்பு எளவும். அவனைத் தொட்டு அடிக்க கூசிய பலர் கம்புகளாலும், கற்களாலும் விளாசுவார்கள். அதற்காக அவர்களைத் திருப்பியடிக்கவோ, விரோதிகளாகப் பாவிக்கவோ செய்யமாட்டான். தன் மீது விழும் அடிகளைக் கூட இயல்பாக எடுத்துக்கொள்வான். ஒருநாள் பட்டப்பகலில் நன்றாக குடித்துவிட்டு சீலையில்லாமல் ரோட்டில் உருண்டான். கடைசியாக ஒருவன் அவனது மடக்குழியில் சவுட்டிவிட்டி, 'லேய்! இனிமே இந்த மாதிரி நீ பரிமாறினா, ஒனக்க இருவத் தொண்ணாவது வெரல வெட்டி எடுப்போம்' என்றான். கூட்டம் சிரித்தது. பைப்பு மூட்டில்போய் அவனை சவுட்டிய காலைக் கழுவிவிட்டு வந்தான். அந்த டயலாக் சீத்தாவிடம் பல மாதங்களாகத் தங்கி இருந்து ரீங்கரித்தது.

ஒரு நாள் சீத்தா குளித்துக்கொண்டிருக்கும்போது யாரோ அவளைப் பார்த்து சூளம் அடித்தார்கள். கதவுக்கு மேலே எட்டிப்பார்த்தாள். யாரும் இல்லை. காலில் ஏதோ ஊர்வது தெரிய, நல்லபாம்பு. இவ்வளவு நீளமுள்ள பாம்பை அவள் இப்போதுதான் காண்கிறாள். எவ்வளவு அழகு. யோசிக்கும் நேரத்தைகூட வழங்காமல் அவள் தேகம் முழுதும் சுற்றி பின்னிப்பிணைந்தது. அவள் நிர்வாணம் பாம்பினால் மறைக்கப் பட்டது. பத்தி, முகத்தின் மேல் விரிந்திருந்தது. அந்த இறுக்கலின் கதகதப்பில் உலகை மறந்தாள். சாகும்வரை இந்த இன்பம் இப்படியே நீடிக்காதா என்று ஆசைப்பட்டாள். இந்த கனவுக்குப் பின் சிலநாள் கழித்து அவள் கர்ப்பந்தரித்தாள். தனது கருவிலிருப்பது பாம்பு என்றும், தானொரு நல்ல பாம்பை பிரசவிக்கப் போவதாகவும் சொல்லிக்கொண்டே இருந்தாள்.

தூரத்தில் கேட்ட செண்டையின் முழக்கம் இப்போது சீத்தாவிற்குள்ளிருந்து ஒலித்தது. அவள் நாடி நரம்புகள் முறுக் கேறின. முலை இரண்டும் விம்மித் தணிந்தன. அருகே படுத்துக் கிடக்கும் மனைவியை கோபாலன் கவனித்தான். அவள் முகமும், மனமும் எங்கோ லயித்திருப்பது தெரிந்தது. பக்கத்தில் குழந்தை அயர்ந்த நித்திரையில். சீத்தாவுக்கு குழந்தையை எடுத்துப் பாலூட்டத் தோன்றியது. எழும்ப மனம் வரவில்லை. அவள் உற்றுப் பார்க்கும் இடத்தை கோபாலன் கூர்ந்து கவனித்தான். ஒன்றும் இல்லை. கொஞ்சநேரத்தில் அவனிட மிருந்து கனமான குறட்டைகள் வெளிக்கிளம்பின. அவன் அப்படித்தான் உறங்குவான். அவனது குறட்டையைக் கேட்டுப் பயந்து அவனே எழும்பியும் இருக்கிறான். சீத்தா கண்களை மூடியபடி மனதில் அந்த ஒலியை நிறுத்தி அதனோடு இயைந் தாள். யாரோ அவளது முலையைப் பிடித்து கசக்கினார்கள். உணர்ச்சியின் அலைகள் தேகமெங்கும் படர்ந்தன. விட்டு விட்டு ஒழுங்கில்லாமல் செண்டையின் ஓசையும் எழுந்து தணிந்தது. அவள் பொங்கி வழிந்தாள். தொடைகள் ஒன்றோ டொன்று இறுகின. கனவில் தழுவிய பாம்பின் தீண்டலில் கிடைத்த இன்பம் எண்ணி உடலை அசைத்தாள். கோபாலனின் கையில் ஏதோ வழுவழுத்தது. முதலில் சாதாரணமாக எடுத் தவன் அடுத்தமுறை அசைந்தபோது ஆவேறி எழுந்து விளக்கைப் போட்டான். சீத்தாவின் மார்பில் ஒரு பாம்பிருந்து பால் குடித்தது. விளக்கு வெளிச்சமும், மனித அருகாமையும் பாம்பிடம் தற்காப்பு உணர்வைத் தூண்ட, ஓடிப்போய் கட்டிலுக் கடியில் ஒளிந்துகொண்டது. கதவைத் திறந்து அடைத்தவன் வெளியே இறங்கி ஊரைத் திரட்டிக்கொண்டு வந்தான். அவர்கள் கைகளில் எல்லாம் பெரிய மிருங்கை கம்பு இருந்தது. ஒருவன் பாம்பை வெளியே கொண்டு வர கட்டிலில் ஒரு தட்டு தட்டியபோது சீத்தா எழுந்து உட்கார்ந்தாள். இப்போது அவன் அடித்த அடி பாம்பின் வால் பகுதியில் பட்டது. சீறியெழுந்து பத்தி விரித்தபடி நின்று ஆடியது. ஆனால் எதிர் தாக்குதல் நடத்த நினைக்கவில்லை. நொம்பலத்தை அவ்வாறு வெளிக்காட்டியது. சீத்தாவுக்கு ஆச்சரியம். கனவில் கண்ட அதே பாம்புதான். எழும்பி அருகில் சென்றாள். ஆட்கள் அவளை விலகுமாறு பணித்தார்கள். அதற்கிடையில் ஒருவன் அடித்த அடி பாம்பின் மண்டையைப் பதம்பார்த்தது. பத்தியை சுருக்கிவிட்டு கட்டிலுக்கடியில் அங்குமிங்குமாக ஓடியது. சீத்தா கண்களில் ஆவேசம் தீயாய்ப் பாய அவனைப் பார்த்தாள். அவர்கள் பாம்பை அடிப்பதிலேயே குறியாய் இருந்தனர். அதற்கு கட்டில் தடையாய் இருப்பதால் அதைத்

                                      குமாரசெல்வா

தூக்கி மாற்றலாமா என்று ஆலோசித்தார்கள். அவள் அதற்கு சம்மதிக்கவில்லை. பாம்புக்கு குறுக்கே போய் நின்று கைகளை விரித்தாள். தலைவிரிக்கோலமுடன் அவள் நின்ற காட்சி எல்லோரையும் ஒரு கணம் தயங்கவைத்தது. கோபாலன் அவள் கன்னத்தில் ஓங்கி அறைந்தான். கீழே விழுந்தவளின் தலைமயிரைப் பற்றி நடுமுறிக்கு இழுத்துவந்தான். அதற்குள் ஆட்கள் கட்டிலை அகற்றிவிட்டார்கள். இப்போது அடி பாம்பின் மேல் நேரடியாக விழுந்தது. சீத்தா, கோபாலனின் பிடியிலிருந்து திமிறினாள். ஒரேசமயம் பலஅடிகள் விழவே, பாம்பு தலையை எடுத்துப் பார்த்துவிட்டு விழுந்தது. வால் அனுங்கியதைக் கண்டு ஒருவன் அங்கே உயிர் இருப்பதாகக் கூறினான். மற்றவர்கள் அதைப் போக்குவதில் முனைந்தனர். சீத்தாவுக்கு அது படும் பாட்டைப் பார்த்து சகிக்கவில்லை. உந்தியிலிருந்து எதுவோ திரண்டு வெளிக்கிளம்பியது. திடீரென அவள் உதடுகள் அசையத் துவங்கின. 'அ ... அ ... அ ... அடிக் ... அடிக் அடிக்கல்லே ... ஏ ... ஏ...' என்று சத்தம் போட்டாள். எல்லோரும் கைகளில் கம்புகளுடன் நிமிர்ந்தார் கள். ஊமை பேசியதை திக்பிரமையுடன் பார்த்துக்கொண்டே நிற்க, பாம்பு பால்பாலாக வழிந்துபோயிற்று.

•

நிரந்தரமற்ற மரணங்கள்

பொற்றையகுளம் எவர் கையிலும் அகப்படாத தால், மூணுமுக்கில் கடை வைத்திருக்கும் எல்லாருக்கும் பாரபட்சமின்றி குண்டி கழுவப் பிறவிப் பயன் எடுத்த நிம்மதியில் கொஞ்சம் வள்ளிகளும், பூக்களுமாக ஒதுங்கிக் கிடக்கிறது. இல்லையேல், பொற்றாமரை மிதந்தது என்றோ, பொன் ஐயன் எழுந்தருளினான் என்றோ பலதும் நடந்திருக்கும். அதற்கு ஆதாரமாக ஒரு அரச மரமும், சில விக்கிரகங்களும். பள்ளிக்கூடம் விட்டு வரும் விடந்தலைகள் தெங்கம் ஈக்கிலில் கீல் பூசி காசு எடுப்பதற்கென்றே யோனியை விரித்துக் கொடுக்கும் உண்டியல். பிறகு கொஞ்சம் பயங்காட்ட செந்தூரமும், கழுகம்பாளையும் சிதற கையில் சூலாயுதத்துடன் ஒரு பெண்ணா பெறந்தவா. அந்த தனங்களின் பருமனும், வாளிப்பும் ஒரிஜினல் பெண்களையே பொறாமைப்பட வைக்கும்.

திருவருள் சங்கரன் பூசாரி போல. ஆறு மணிக்கு மேல் பலருக்கு அவன் தெய்வமும்கூட. கொஞ்சமும் பயமில்லாமல் தேவியின் பக்கம் நீட்டி நிமிர்வான். கைகள் தன்னிச்சையாக அவள் முதுகிலோ, முலைக் கண்ணைத் திருகிக்கொண்டோ இருக்கும்.

'ஊதிப்பிடி' இருந்த காலத்திலும் மிஸ்டர் திருவருள் வெற்றிகரமாகத் தொழில் செய்தவர். பகலில் ஆட்களை ஆசாக்கி வைப்பான். இருட்டும்போது தேவியின் பக்கத் தில் சிறு தீபம் கண்காட்டி விளிக்கும். சாமி கும்பிட வந்தவர்களுக்கு மரப்பொந்திலிருந்து தீர்த்தம் வெளிப் பட்டு சாந்தி அருளும்.

செல்லாச்சிக்கும், அவனுக்குமிடையே அசாதாரண உறவு. இருவரையும் அடிதடிதான் இணைத்து வைத்திருந்தது. அப்படி சொல்வதைவிட அடிதடியில்தான் இருவரும் வாழ்க்கை நடத்திக் கொண்டிருந்தார்கள் என்பதே சரி. இருட்டியதும் அன்றைய 'திறை'யை தொவர்த்தில் வாரி முடிந்துகொண்டிருப்பான். செல்லாச்சி ஒரு சோடா குப்பியோடு மரியாதிக்கு போவா. ஒரு நல்லவார்த்தையை அடையாக வைத்து எங்கே போவதாக வினவுவான். 'ஒன்ன கதம்பையில அடுக்க மண்ணெண்ணை வாங்கப் போறேன்' என்பாள். கணவன் மனைவிக்கிடையிலான இந்த சவுந்திரிய பிணக்கத்தை அடிக்கடி காண்பதால், பார்த்துக் கொண்டிருப்பவர்கள் எதுவும் பேசமாட்டார்கள். இவர்கள் சண்டைக்கு காரணம் கிடையாது. அப்படி இருந்தால் சண்டையே இருக்காது. நேற்றிரவு பதினொரு மணிக்கு மேல் கையில் மட்டையோடு அவளை அந்தக் காடு பூராவும் விடியவிடிய விரட்டிக்கொண்டே திரிந்தான்.

சந்தை முறைகளுக்கு கச்சோடம் விடியற்காலமே ஆரம்ப மாகும். தொலைவிலிருந்து மாடு வாங்க விற்க வருபவர்களைத் தான் அன்று 'காட்சை' காணுவான். பத்து மணியாகும் போதெல் லாம் கணிசமா ஏழெட்டு குப்பி காலியாகும். பிறகு பதினொரு மணி வரை இடைவேளை. கிழங்கும், மீனும் வாங்க சந்தைக்குப் போவான். இவன் தலையைக் கண்டதும் குடிமக்கள் சூழ்ந்து விடுவார்கள். குளச்சல்கார முக்குவன் எழுந்து போய் பெரிய பாளை வாங்கி அது நிறைய சூரை மீன் முள்ளுந்தலையுமாக வாரிவைத்துக் கொடுப்பான். பைசா கொடுத்தால் வாங்குவார் கள். இல்லை என்றால் வருத்தப்படமாட்டார்கள். என்றால் தானே சாயங்காலம், 'அளக்க ஒண்ணும் வேண்டாம்! நியாயமா ஊத்து' என்று தைரியமாகச் சொல்ல முடியும்.

செல்லாச்சி ருசியாக கூட்டுக்கறி வைப்பாள். உச்சை நேரத்துக்கு கொஞ்சம் நல்லாவே பிடித்துக் கொண்டு வருவான். கஞ்சி, கறியெல்லாம் காய்ஞ்சி ரெடியாக இருக்கும்போது ஏதாவது ஒரு சண்டை வரும். பிறகு எல்லாம் சட்டி பானை களோடு வெளியே வந்துவிழும். கூடவே, 'உன் கையில் பாம்பு கொத்த, தொண்டையில் நல்லடைப்பான் கட்ட, கடுவாய் தின்ன...' என்ற ஆசீர்வாதங்களுடன்.

செல்லாச்சி அப்போது சுள்ளையில் கட்டி பொறுக்கப் போய்க்கொண்டிருந்தாள். லோடு ஏற்றவரும் லாரி டிரைவர் சுப்பையன், வாளியில் வெள்ளம் எடுக்க வருவதுபோல ஆற்றங் கரையில் வந்துநின்று அவளைப் பார்ப்பான். கப்படா மீசைக்கு

மேல் குளம்போல கலங்கிக் கிடக்கும் கண்களில் தவறி விழுந்த செல்லாச்சி, தண்ணீர் குடித்து தத்தளித்தாள். சங்கரன் அப்போது பனையேறிக்கொண்டு நல்ல பையனாக இருந்தான். செல்லாச்சி யின் தகப்பன் தங்கநாடாள் அவனுக்கு தொழில் முறையில் குரு. பனையேற்றில் தொழிலுக்கும், வாழ்க்கைக்கும் அதிக வித்தியாசமில்லாமல் தொழிலே வாழ்க்கையாக இருந்ததால், அவர் வாழ்க்கைக்கும் குருவாக இருந்தார். ஒருநாள் விஷயம் வெளிக்கு வந்தபோது அவள் ஊரார் முன் சுப்பையனை மறைத்தாள். அவனும், பேய்க்கரும்புக்காட்டில் ஒரு நாள் கொண்ட உறவோடு எங்கோ போனான். சங்கரன், தானே வலியப்போய் அவளை ஏற்றுக்கொண்டான். ஊரார் அவனைத் தூற்றியது குறித்து கவலைப்படவில்லை.

சங்கரனுக்கு தான் வாழ்க்கைப்பட்ட உணர்வு செல்லாச்சி யிடம் எப்போதுமே இருந்ததில்லை. வாய்க்கால் ஊற்றில் வெள்ளங் கோரவோ, அந்திக்கடைக்கென வெளியே இறங்கவோ செய்தால் எதிர்ப்படும் ஒவ்வொரு ஆணின் முகத்திலும் சுப்பையனைத் தேடுவாள். நாட்கள் செல்லச்செல்ல அந்தக் கள்ளன் இனி அகப்படவா போகிறான் என்றெண்ணி ஓய்ந்து விட்டாள். சங்கரன் ஒருநாள் பனையேறிவிட்டு வரும்போது அவன் தேகத்தில் அவள் உணர்ந்தறியாத ஒருவித வாசம் தவழ்ந்தது. அவள் பனைகளின் மூட்டில் அதை முகர்ந்திருக் கிறாள். பாலின் மணம்போலும் அல்லாது அதைவிட வீரியங் கொண்ட, கண்களில் சுருக்கென தைத்து நீர் சுரக்க வைக்கின்ற வாசனை. சங்கரனின் வியர்வையோடு கலந்து வந்த அந்த வாசத்தில் ஆண்மை கமழ்ந்தது. மிருக்குத்தடியை ஊன்றித் தரையில் வைத்தவன், பனை நாரினால் செய்யப்பட்ட குடுவையை செம்பிலையால் மூடி வைத்துவிட்டு திளாப்பை ஓலைச்செருவையில் சொருகினான். வெளியே வீசிய காற்று அவனை வாவென அழைத்து கயிற்றுக் கட்டிலில் அமர்த்தியது. எழும்பி குத்துதாரை அவிழ்த்து கோமணத்தை தளர்த்தி லேசானான். கொஞ்சநேரம் ஓய்வாய் அமர்ந்தவன், வீட்டுக் குள்ளே தலையைத் திருப்பி, 'வாயி …' என்றான். செல்லாச்சியை அவன் அப்படித்தான் விளிப்பான். 'ஓம்' என விளிகேட்டு கதவுப்பக்கம் நின்றவளிடம், குடுவையிலிருந்து கொஞ்சம் இளையது கோரிவரச் சொன்னான். வெண்கலச்செம்பு நிறைய பதையும் நுரையும் தள்ள, வட்டிலில் சம்பா அரிச்சோறும், மயக்கிய மரிச்சினி கிழங்கும், சாளை மீனுமாகக் கொண்டு வந்து வைத்தாள். குப்பிகிளாஸ் எடுக்க உள்ளே போனவளிடம், 'ரெண்டுகிளாஸ் எடுத்தோண்டுவா !' எனச் சொல்லியவாறு

சாளை மீன்கறியை கிழங்கில்விட்டு, கிழங்கை சோற்றுடன் உருட்டி வாயில் போட்டான். ஒரு கிளாஸ் நிறையவிட்டுப் பதம்பார்த்தவன், அடுத்த கிளாசை எடுத்து காரியமாக அவள் முன் வைத்தான். செல்லாச்சி வேண்டாமென்ற குறிப்பில் முகத்தைக்கோணி கையெடுத்து தட்ட, 'எப்பம் ருசியெங்கிலும் பாரு' என்று கொடுத்தான். கொஞ்சம் ஓங்காளமாக இருந்ததே தவிர, அவள் பயப்பட்டது போல எதுவும் இல்லை. ரெண்டு கிளாஸ்கூட உள்ளே போன பிறகு தேகத்தில் கொஞ்சம்போல சூடு தட்டியது. இருட்டில் நிறந்தெரியாமல் இருக்கும் அவனைக் குருட்டு வெளியில் பார்த்தாள். வீட்டுக்குள் சென்றவன் குடுவையை அப்படியே தூக்கிக்கொண்டு வருவது தெரிந்தது. குப்பிகிளாசுகளை ஓரமாக ஒதுக்கி வைத்தவன், காம்பேறிய செம்பு நிறையக் கோரி தூரைத் துடைத்தான். கைநீட்டி வாங்கியவள், தாகம் பொங்க இழுத்துக் குடித்து முக்கால் பங்கு தீர்த்தாள். மீதியைக் குடித்தவன், அடுத்த செம்பு நிறையக் கோரி குடித்துவிட்டு பாதியை அவள் வாயில் ஊற்றினான். செம்பை வாங்கி குடுவையில் இட்டவள் அவன் பின்தலையை ஒரு கையால் பற்றிச் சரித்து வாயில் ஊற்றினான். கை நடுக்கத்தால் அவன் முகத்திலும் தலையிலும் பாய்ந்து குளிப் பாட்டியது. அடுத்து அவன் வாங்கி அவளைக் குளிப்பாட்டி னான். அவள் அடிவயிறு எரிந்து கண்களில் நீர் சுரந்தது. தட்டித் தடவி வட்டிலைத் தேடி எடுத்தவன், ஒருபிடி நிறைய பச்சை சோறை வாயில் துறுத்தினான். போதையின் உணரா வேகம் மென்று இறக்கும் அவகாசத்தை தட்டிப்பறிக்க, அவளுக்குள் ஆத்திரம் திரண்டது. மேலே தின்னவிடாதபடி வட்டிலை வாங்கிப் பறித்து கீழே வைத்துவிட்டு அவனையே பார்த்தாள். அதில் வெளிப்பட்ட வெறியை இருள் அவனுக்குக் காட்டாமல் மறைத்தது. பசியின் பாய்ச்சல் கைவழி இறங்க தன்னிச்சையாக மீண்டும் வட்டிலைத்தேடி எடுத்தான். தன்னை அவன் எண்ணாத கோபத்தில் அவள் உதைக்க, கட்டிலில் சாய்ந்தவன் வயிற்றிலும் முகத்திலுமாக சோறும், சாளை மீன்கறியும் புரண்டது. தலைவிரிக் கோலமுடன் அவன் மேல் விழுந்து தழுவியபோது பனையைக் கட்டிப்பிடித்து சுகமாய் ஏறிச்செல்வதுபோல இருந்தது. அந்தநேரத்திலும் அன்று கரும்புப் புதரில் படுத்தபோது ஆகாசத்தில் வட்டமிட்ட அந்தப் பருந்தை அவள் கண்டாள்.

      முத்தவன் பேரில்தான் செல்லாச்சிக்குப் பிரியம். அவன் பிறந்த பிறகே சங்கரன் அவளுக்கு மாலை நல்லாக்கிப் போட்டான். அவளையொத்த பெண்கள் கிணற்றங்கரையில்

வரும் போது கிலுங்குவது கண்டு ஒருநாள் ஆசை பொங்க அவனிடம், 'எனக்கு சலங்க வேண்டித் தருவியளா?' என்று கேட்டபோது, 'ஆட்டக்காரியளுக்க வகை ஒண்ணும் இஞ்ச ஆரும் போடண்டாம்' எனப் பேசியவன், வீட்டிலுள்ள பாத்திரங் களை எடுத்து விற்று அன்றைக்கு கொலுசு வாங்கிக்கொடுத்தான். மூத்த பயலும் குடிக்க ஒன்றும் செய்யாமல் ஒழுங்காக கேரளத் திற்கு கொத்த வேலைக்குப் போய் வாரந்தோறும் சக்கரம் கொண்டுவந்து கையில் கொடுக்கிறான். இளையவன் தான் மகாபிழை. செல்லாச்சிக்கு அவனைக் கண்ணுகொண்டு காணப் பிடாது. நாலாங்கிளாசை நாலு வருடங்களாக கண்டுகொண் டிருக்கிறான். வாத்திச்சியளும் அவனைத் தோற்கடிப்பதிலேயே குறியாக இருக்கிறார்கள். என்றால்தானே மதியந்தோறும் அவர்களின் நாச்சுவைக்கேற்ற ஒட்டலில் அவனை ஏவி ஓசிச் சாம்பார் வாங்க முடியும். வாத்திச்சியளின் சாம்பார் கெதிப்பு தீரப்போவதில்லை என்ற உண்மையைப் போலவே, அவன் ஐந்தாம் வகுப்பைக் காணப்போவதில்லை என்ற மாபெரும் உண்மையும். செல்லாச்சி ஒருநாள் அவன் புத்தகக்கட்டிலிருந்து ஒரு கெட்டு பீடியைக் கண்டெடுத்தாள். கேட்டதற்கு 'உம்'மென்று நிண்ணானே தவிர பதில் இல்லை. இன்னொரு நாள் சங்கரனின் கணக்கில் ஒரு குப்பி சாராயம் காணாமல் போனது. அவ்வளவு சுலபமா வீட்டுக்குள் நுழைந்து யாருமே எடுக்க முடியாது. அப்ப வீட்டுக்குள்ளால தான் யாராவது எடுத்திருக்கணும். சங்கரனுக்கு செல்லாச்சிமேல சந்தேகம். 'ஏ கண்டார ஒழி! ஒரு குப்பி மருந்த காணேல. எடுத்தது போல மரியாதியா கொண்டு வச்சிரு. இல்லே, தொலிய உரிச்சி கொட்டு கட்டேரு வேன்.' செல்லாச்சிக்கு கோபம் பொத்துக்கொண்டு வந்தது. இல்லாத்த வேளம் சொன்னா அவளுக்கு அப்படித்தான் வரும். 'எவளுக்கு கொண்டு கொடுத்திற்றாக்கும் இஞ்ச வந்து அதிகாரம் செய்யுத? ஒனக்க மருத்தில தான் இஞ்ச எல்லாரும் மோளு னுமோ?' சங்கரன், கையில் அகப்பட்ட நம்மாட்டிக் கம்பை எடுத்துக்கொண்டு வருவதற்குள் ஓடிவிட்டாள். மறுநாள், சின்னப் பயலின் புத்தகப்பையில் சாராயவாடை வீசியது. சாயந்தரம் கபடி விளையாடிய மயக்கத்தில் கஞ்சி குடித்துவிட்டு விழுந்த வனை உறக்கம் வீழ்த்தும்வரை காத்திருந்தாள். ஆடு கட்டும் கயிறால் காலையும், கையையும் வரிந்துபோட்டு சட்டுவத்தைக் காய்ச்சி தொடையில் சூடு வைத்தாள். லோகமே கிடுங்கும் அலறலுடன், பள்ளிக்கூட வாத்தியாருக்கு சாராயம் கொண்டு கொடுத்த விஷயத்தை வெளிப்படுத்தினான். விளைவு, மூன்றாம் வகுப்பை மூன்று தடவை காணும் பாக்கியம் ஏற்படாமல் இரண்டாவது வருடத்திலேயே நாலாங்கிளாசுக்கு வந்தான்.

                        குமாரசெல்வா

இளையவன் வீட்டை விட்டுப்போய் இன்று ஏழு நாட்க ளாகின்றன. சங்கரனை போலீஸ் பிடித்துக்கொண்டுபோன அன்றுதான் கடைசியாக அவள் அவனைக் கண்டாள். அந்த விஷயத்தை அவளிடம் சொன்னதும் அவன்தான்.

மோந்தி அறுக்கும் சமயம். வாழை மூட்டில் செல்லாச்சி சாளைக்கு 'செள்' எடுத்துக்கொண்டிருந்தாள். தூரத்திலிருந்து இளையவன் மிரண்டுடோடும் பசுபோல வந்தான்.

"எடியே! அப்பன போலீசு பிடிச்சிற்று போச்சி."

செல்லாச்சி முகத்தில் எந்த மாறுதலும் இல்லை. அமைதி யாக கழுவி முடித்து மசாலை அரைக்கத் துவங்கினாள்.

"அண்டி ஆபீசு நடைக்ககிட்ட வந்ததும் அப்பன் கையத் தட்டித் தள்ளீற்று ஓடிச்சி. அவனுவ வெரட்டினானுவ. நான் பெறக்கால பெய் பார்த்துக்கிட்டிருந்தேன். பள்ளிக்கமின்ன வச்சி பிடிச்சி செம்மையா அடிச்சானுவ. ஒத்தன் மடக்குழி யில சவிட்டினான். ரெத்தமா மோண்டாரு. ஒரு பய இவ னுக்க தவப்பனாக்கும்ணு என்னக் காட்டினான். நான் ஓடி வந்துட்டேன்."

தனது தகவலுக்கான பிரதிபலிப்பை எதிர்பார்த்து ஏமாந் தவன், அதற்குமேல் எதுவும் பேசவில்லை. சற்று நேரங்கழித்து வீட்டிற்குள் என்னவோ கீழே விழும் சத்தம் கேட்டது. 'என்னலே அங்க?' என்று கேட்டாள். 'ஒண்ணும் இல்லடியே' என்று பதில் வந்தது. அன்றிரவு தொட்டு அவனைக் காணவில்லை. சங்கரன் வழக்கமாக தொவர்த்தில் பணம் கட்டி வைக்கும் இடம் காலியாக இருந்தது.

○

சங்கரன் சாராயம் காய்ச்சும் தொழிலுக்கு வந்தது விருப்பப் பட்டல்ல. உண்மையிலேயே அவன் இந்தத் தொழிலை வெறுத் தான். அந்திப்பனை ஏறிவிட்டு வந்து விழும்போது தேக நொம்பலத்தைக் களைய கொஞ்சம்போல கள்ளுகுடிப்பானே தவிர, அவன் முழுக்குடியனல்ல. சக பனையேறிகளிடம் கூட, 'நீந்தாத மாட்டை வெள்ளந்தாங் கொண்டுபோவும். குடிச்சிய மொற அறிஞ்சி குடிச்சா ஒண்ணும் செய்யாது' என்று போதித்திருக்கிறான்.

பனையேற்றுக் கூலியைப் பணமாக யாரும் கொடுக்க மாட்டார்கள். அக்கானியாகத்தான். ஒருநாள் உடையக்காரருக்

கென்றால், மறுநாள் அக்காணி சங்கரனுக்கு. அதைக் கொண்டு போய் கள்ளுக்கடையில் கொடுத்தால் நல்ல சக்கரம் கிட்டும். சங்கரன் அப்படிச் செய்வதில்லை. வீட்டுக்கு கொண்டு வந்து செல்லாச்சியிடம் தருவான். அவள், சங்கரன் பனையிலிருந்து பிய்த்துப்போடும் கூராம்பாளைகளையும், பனையோலை களையும் பொறுக்கி வந்து புளியஞ்சருவுடன் சேர்த்து அடுப்பில் வைத்துக் காய்ச்சி கருப்பட்டி ஆக்குவாள். பத்து வெரலும் படக்கு படக்குண்ணு அடிச்சாத்தான் அஞ்சி வெரல் தின்னும். தனது பெண்டாட்டி தன்னுடன் உழைப்பில் ஈடுபடுவதைக் காண்பதில் அவனுக்கு மிகுந்த சந்தோஷம்.

மார்கழி தாண்டியதும் பனையேற்று தீரும். கையில் சேர்த்த பணத்துடன் மானாட்டுக்கு பனையேறப் போவான். அடுத்த ஆவணிவரைக்கும் அவனைக் காண முடியாது. திரும்ப வரும்போது அவன் தோற்றத்தில் புதிய மெருகு காணப்படும். செல்லாச்சிக்கும், பிள்ளைகளுக்கும் துணிமணிகள் வாங்கி வருவான். சில்லுக்கருப்பட்டி, முத்து மாலை போன்ற பொருட் களும் கொண்டு வருவான். அதற்குப் பிறகுள்ள இரவுகள் இன்பத்தில் கழியும். கயிற்றுக்கட்டிலைத் தூக்கி வெளியே போட்டு வயக்காற்றின் வருடல்களுக்கு மத்தியில் பாண்டியி லுள்ள சம்பவங்களை கதைகதையாகச் சொல்வான். செல்லாச் சிக்கு கேட்டுக் கேட்டு ஆசை தீராது. மானாட்டில் வெள்ளரிக் காயை மீனுடன் அரிந்துபோட்டு கறி வைப்பதும், பழுக்க வைத்து கருப்பட்டி சேர்த்து தின்பதுமான விசித்திர பழக்க வழக்கங்களை அவன் சொல்லும்போது வாய்ப்பிளந்தபடி கேட்டுக்கொண்டிருப்பாள். இடையிடையே சந்தேகம் தட்ட, 'நேரியானா சொல்லுதிய?' என வினவுவாள். அவன், 'உன்னாணை நான் கள்ளம் சொல்லல்லியே' என்பான்.

சங்கரனின் உழைப்பு வாழ்வில் வெட்டு விழுந்தது. யோசிக்கும் அவகாசத்தைக்கூட அளிக்காமல் திடீர் திடீரென்று நிகழ்ந்த மாற்றம் இது. அமைதியாகத் தூங்கும் பருவப் பெண்ணின் மார்பகங்களைப் போல மலைச்சரிவுகளிலும், விளைப்புறங்களிலும் மரிச்சினி திமிறிய இடங்களில் எல்லாம் வேசிக் கூட்டங்களாகிய ரப்பர் மரங்கள் அவுத்துப்போட்டு நின்று ஆடின. தங்கள் போராட்டத்தை ஆயுதந்தரித்து நின்று அடக்கும் வெள்ளைக்கார சிப்பாய்களை கற்களால் எதிர் கொள்ளும் கறுப்பின மக்களைப்போல, ரப்பருக்கு பழுதாக நின்ற முதல் எதிரி பனைமரங்கள் தான். நாளடைவில், தாக்குப்பிடிக்க முடியாமல் ஒவ்வொன்றாகப் பிறந்த மண்ணில் சாய்ந்தபோது, சங்கரனைப்போன்ற ஆயிரக்கணக்கான பனை

                    குமாரசெல்வா

யேறிகள் தங்கள் நெஞ்சோடு ஒன்றித்துப்போன உறவினின்றும் மீளமுடியாமல் உயிரே விழுவதுபோல பார்த்தார்கள். அவர் களின் முன்னால் நூற்றாண்டின் சரித்திரமே செத்துக்கிடந்தது. 'நான் சாவதைப் பார்க்க வேண்டிய நீ சாவதை நான் பார்க் கிறேன்' என்று வார்த்தைக்கு வராத மௌன கவிதை கொண்டு பனைமரத்துடன் பேசி அழுதான்.

சி.எம்.எஸ்.சில் ரப்பர் தைகளைப் பார்க்கச்சென்ற சங்கரன் அதன் தோற்றத்தை எள்ளி நகையாடினானே தவிர, அதற்குப் பின்னால் இவ்வளவு பெரிய பயங்கரம் இருக்குமென்று கருத வில்லை. காலப்போக்கில் தரைகளெல்லாம் வெட்டாரமின்றி காடு பிடித்து இருள் சூழ்ந்தபோது அவனையறியாத மிரட்சி வந்து தாக்கியது. ஏற்கனவே கேரளத்திலிருந்து ஊடுருவி மலம் பனிக்கும், கொசுத் தொல்லைக்கும் ஈடு கொடுத்து மலைப் பகுதிகளில் குடிகளை இளக்கியும், ஒண்ணுக்குப்பாதி விலை கொடுத்து வாங்கியும் ஏக்கர் கணக்கில் காடுகளை வளைத்துப் போட்ட மாப்பிளையன்மார்களுக்கு தங்கமாகப் பால் வழிந்தது. பனம்பொருட்கள் வாங்குமிடங்கள் மறைந்தன. தெருக்கள் தோறும் தராசும், ஒட்டுக் கறைகளும் முளைத்தன. ஒன்றிரண்டு சென்ட் பூமி வைத்திருந்தவன்கூட பனைகளைத் துடைத் தெறிந்ததுதான் அவனைக் கவலைக்குள்ளாக்கியது. தனது தொழிலை வாங்கிப் பறித்து தூரவீசிய அந்தக் கூட்டத்தை வெறியோடு பார்த்தான். அவன் ஆவேசம் அடங்கவில்லை. 'தாயோளிப் பயலுக. இவங்காலத்தில ஒண்ணு வச்சிபிடிப்பா னுவளா? எங்கெயோ கெடந்த கள்ளிச்செத்தையள இஞ்ச கொண்டு வந்து நட்டு நம்ம வயிற்றில் மண்ணுவிழுந்து.'

சங்கரன் ரெண்டு மாச காலம் சும்மா இருந்தான். ஓடியாடித் திரிந்தவனுக்கு அது கொடுமையாக இருந்தது. கூட்டுக்கார பனையேறிகள் கேரளத்திற்கு கொத்தவேலை செய்ய விளித்தபோது வீட்டின் நிலமை மறுக்க இடந்தரவில்லை. திங்களாட்ச தோறும் வண்டியேறும்போது தன்னையொத்த ஆயிரக்கணக்கான பனையேறிகள் கேரளத்திற்கு யாத்திரை செய்வதைக் கவனித்தான். பனையேறிகளின் வீடுகளில் டேப் ரிக்கார்டர் இருந்து பாடுவதைக்கண்டு, 'நல்ல சக்கரம்' என எண்ணிய நினைப்பு, அனுபவத்தில் மாறாக இருந்தது. தெனம் முப்பத்தஞ்சி ரூவா கூலி. உச்சகுடிக்கும், எளங்குடிக்கும் பத்து ரூவா போனா ராத்திரிக்கு அஞ்சி ரூவாவேணும். வெள்ளையன் மேஸ்திரிக்கு கமிஷன் பத்துருவா. வாடகைக்கு வீடெடுத்து தாங்காது. வேல ஸ்தலத்தில் குறைதிராத வீடுகளில் தெருவில் கிடந்துபோல உறங்கவேண்டும். இந்தக் குளிரில் ராத்திரி

ஷாப்பில ஏறாம முடியாது. அதுக்கு ஆறு ரூவா. சோக்கேடு வந்தா வருமானம் போவது மட்டுமல்ல, கடம் வாங்கவும் செய்யணும். இரத்தம் உறிஞ்சும் அட்டைகள் உடம்பில் தினம் ஒரு காயத்தை உண்டாக்கிக்கொண்டே இருக்கும். அவை கடிப்பது தெரியாது. திடீரென்று உடம்பில் ஒருபகுதி கொப்புளம் போல வீங்கும். பெரிய தேங்காயளவு கூட வீங்கும். அவனால் தாக்குப்பிடிக்க இயலாததைவிட புதிய தொழிலில் ஒன்றுவது கஷ்டமாக இருந்தது. வீட்டிற்கு வந்தவன் அடுத்ததடவை மேஸ்திரி அழைத்தபோது போகவில்லை.

தனது சிறகுகளை விரிக்கமுடியாத சங்கரனின் நிலை செல்லாச்சிக்கும் பிள்ளைகளுக்கும் உபத்திரவமாக இருந்தது. குடிக்காமலிருக்க முடியாது என்ற நிலையை அடைந்துவிட் டான். எல்லா கோபங்களையும், ஆவேசங்களையும் அவர்கள் மீது பிரயோகித்தான். வீடு அவனுக்கு வெறுத்தது. அவனது குடியை மாற்றிவிட்டால் எல்லாம் சரியாகிவிடும் என்று கருதியவள், ஊராரின் ஆலோசனை பேரில் பத்மநாபபுரத்தில், ஒரு சாமியாரிடம் அவனை வலுக்கட்டாயமாக இழுத்துச் சென்றாள். அவரும் ஆசீர்வதித்து, 'மகாசுதர்சனம் பொடி' என்றொரு மருந்தை தந்தார். முடிவில் வழக்கம்போல குடியே வென்றது. பாண்டிக்குப் போகும் நாள் வந்ததும் அவள் உருக்கூட்டி வைத்திருந்த காசுடன் கொஞ்சம் வட்டிக்கும் எடுத்து அவனை அனுப்பி வைத்தாள். பல மாதங்களுக்குப் பிறகு பனையேறிய அனுபவம் வருஷகாலம் பிரிந்திருந்த மனைவியை அடைந்தவனைக் காட்டிலும் இன்பமாய் இருந்தது. அந்த ஆனந்தத்தினாலோ, அல்லது சுயநினைவில் இல்லாத தாலோ என்னைவோ ஒரு பயங்கரம் நடந்தது. பனை இடுக்கிக் கொண்டு இறங்கும்போது பிடி சறுவி கீழே விழுந்தான். ஓடிவோ முறிவோ இல்லை. நல்ல உள்காயம். ரெண்டுமூணு மாசம் படுக்கையில் கிடந்தவன், மரணத்தின் ஆழம் வரை முங்கி எப்படியோ மேலே வந்தான். ஆஸ்பத்திரியில் இருக்கும் போது செலவழிந்த நகை நட்டு பாத்திரங்களில் மிச்சம் இருந்ததை முழுவதுமாகத் தீர்த்தபின் செல்லாச்சியின் கழுத்தில் கிடந்த தாலியைப் பலாத்காரமாகப் பறித்தெடுத்து, 'வாற்று' தொழிலுக்கு அறிமுகமானான்.

ஆரம்பத்தில் பழக்கமில்லாமல் வாற்றுபவர்களுக்கு சாராயம் வடிந்து கிட்டாது. ஊறலில் இருக்கும்போது, சத்தை பேய் பிசாசுகள் உறிந்துவிடுமாம். சங்கரனிடமா அதெல்லாம் பலிக்கும்? ஊறலுக்கடியில் ஒரு இரும்பு லாடத்தை நிரந்தர மாகப் புதைத்து வைத்தான். இந்தக் குறுகியகால அனுபவத்தில்

                    குமாரசெல்வா

எவ்வளவு சுளுவாய்த் தொழில் ரகசியத்தைக் கற்றுவிட்டான் தெரியுமா? தன்னிடம் வருபவர்களின் பலத்தையும், பலவீனத் தையும் தெரிந்து வைத்திருக்கும் விபச்சாரி போல குடிக்க வருபவர்களின் ரசனையையும், பரிமாற்றங்களையும் நாடி பிடித்து அளந்தான். அவர்களுக்கு விருப்பமான காரம், மணம், குணம், சுவை சேர்ப்பதில் கவனமாகச் செயல்பட்டான். சிலருக்கு, 'மாயம்' அதிகம் சேர்த்தால்தான் ஏறும். சூடமும், காந்தாரி மிளகும் சேர்ந்த தனிக்கலவை அதற்கு. பானைவவுறன் பத்ரோசுக்கு அளவு அதிகமாக இருக்க வேண்டும். எனவே போதை ஏறஏற வெள்ளம் சேர்த்துக்கொண்டே இருப்பான். ஒருநாள் இரெயில்வே நிலையத்திற்கருகில் விற்றபோது வெள்ளத்திற்கு வழி இல்லாமற்போயிற்று. பத்ரோஸ், 'இன்னும் தாலே' என நச்சரித்துக்கொண்டே இருந்தான். அவனிடம் கை தள்ளலில் இறங்கி மீளவும் முடியாது. பார்த்தான். பனை மூட்டில் ஒதுங்கியவாறு குப்பிநிறைய மோண்டான். பத்றோஸ் குடித்துவிட்டு, 'இதென்னலே தந்தா? ஓணயும் மணயும் இல்லாத ஒரே உப்பா இருக்குது' என்றான். சங்கரனுக்கு சிரிப்பாய் வந்தது.

〇

பொழியூர். பக்கறை என்ற பெண்பாலுக்குரிய நாற்பத்து அகவையயளான தைக்கிழவி, பிரபலமானவள். பட்டுடை பளபளக்க, தோள் வரை குலுங்கும் வளையலுடன், கழுத்தில் வடம் இழுப்பு போட்டிக்கு உபயோகப்படுத்தும் கயிறு போன்ற தாலி; சம்பிரதாயத்திற்கு. சதை குலுங்கும் கையில் தங்கக் கடிகாரம். தூரத்திலிருந்து பார்த்தால் சரியாக ஒரு தயிர்ச் சட்டியைத் தலையில் சுமந்து செல்வது போன்ற கொண்டை. கிடாக்கன்மாடு தேகம். எல்லாவற்றிலும் ஏமாந்து போனவன் உண்மையைக் கண்டுகொள்வதற்கென்றே அமைந்த முகம். இப்போது அவள் சாராய சாம்ராஜ்ய ராணி. பொழியூரின் பெனாசிர் பூட்டோ. அவளது சாராய உற்பத்தி தொழிற்சாலை யில் இரண்டாயிரம் பேர் வரை வேலைசெய்கிறார்கள். ஓய்வு ஒழிவில்லாமல் ஓடிக்கொண்டிருக்கும் இருபது லாறிகள், பதினாறு டெம்போக்கள், ஏழெட்டு இயந்திரப்படகுகள். அவள் ஏறிச்செல்லும் ஏர்கண்டிஷன் செய்யப்பட்ட வெளி நாட்டுக் கார் அந்த மாவட்டத்தில் இரண்டே இரண்டு பேரிடம் தான் உண்டு. ஒன்று நமது தலைவியினுடையது. இன்னொன்று ஒரு சுவிசேஷப் பிரசங்கிக்கு சொந்தமானது. ஜில்லா கலெக்டருக்குகூட அந்த பாக்கியம் இல்லை. சுவிசேஷப்

பிரசங்கியையாவது 'காத்தரின் ஆசீர்வாதம்' என்ற லிஸ்டில் சேர்க்கலாம். பக்கறையை?

தனது தொழிற்சாலைக்கான கச்சாப் பொருட்களின் விலைக்கிரயத்தை வழங்க தமிழக எல்லைக்கு அவள் வருவ துண்டு. அப்போதெல்லாம் சம்பந்தப்பட்ட ஸ்டேஷனிலுள்ள போலீஸ் இன்ஸ்பெக்டர்கள் வரவேற்கச் செல்வர். பலத்த காவலுடன் அந்த அகில இந்திய தலைவி அழைத்து செல்லப் படுவாள். எஸ்.ஐ. பவ்வியமாக காரின் கதவைத் திறப்பார். அவள் வெளியே இறங்கமாட்டாள். கால்மேல் கால்போட்டு உட்கார்ந்தபடியே இரண்டு மூன்று லட்சம் ரூபாய் நோட்டுக் களை கருப்பட்டி முதலாளிகளின் மேஜை மீது அனாயசமாக வீசி எறிவாள். முதலாளிகள், தேவியின் கடைக்கண் பார்வைக் குத் தவமிருக்கும் பக்தர்களைப் போல அவள் வந்து போகும் வரை எழுந்து நிற்பர். ஒருநாள் பக்கறை மதுவிலக்குப் பிரிவு இன்ஸ்பெக்டரிடம், 'இவிடெ கொறச்சி கொச்சுராஜாக்கள் கிளிர்த்ததாய்ட்டு அறிஞ்ஞுல்லோ?' என்றாள். அன்று பண முடிப்பு வழங்காததும், போகும்போது, 'நிங்ஙளக்கொண்டு பற்றில்லே? எங்ஙில் ஒண்ணு பறயணும்' என்று அவள் பேசிய தும் அவரது மீசையைத் தூக்கி நிமிர்த்தின. ஒரு கூட்டம் போலீஸ் பட்டாளத்துடன் கள்ளச்சாராய வேட்டைக்கு கிளம் பினார். இதொன்றும் அறியாத சங்கரன் தேவியின் பக்கம் நீட்டி நிமிர்ந்து சிரமப்பரிகாரம் செய்துகொண்டிருந்தான்.

'கெடப்பா வச்சிருக்கு?' ஒரு போலீஸ்காரன். சங்கரன் எழுந்து உட்கார்ந்தான். இன்ஸ்பெக்டரைப் பார்த்து, 'வரணும், வரணும், போனவாரம் குடுத்துவிட்...'

"நீ ஒண்ணும் பேசண்டாம். ஒனக்கிட்ட நல்லது சொன்னா லும் தெரியாது."

இன்ஸ்பெக்டர் சலிப்புடன் வார்த்தைகளைத் தூக்கிப் போட்டார்.

"ஓம்மிட்ட எத்தன குப்பி ஓய் இருக்கு?"

சங்கரனுக்கு எல்லாம் மனசிலாகிவிட்டது. பேசாமல் தூரப் பார்த்துக்கொண்டிருந்தான்.

"நீரு இனிமே நாடன் வாற்றியத ஒண்ணு நெறுத்தணும்."

"ஓகோ."

                                    குமாரசெல்வா

"ஒனக்கு நட்டம்வருத்தவா சொல்லுகேன். பொழியூர் வாங்கி வில்லு."

"அப்ப என்ன கூலிக்கு தொழில்செய்ய சொல்லுதீரு. இனுசுவெட்டரே, ஒண்ணு கேட்டுட்டு போணும். இந்தக் கை கொண்டு நான் பதினேழுவரியமா வாற்றுகேன். எனக்கிட்ட அஞ்சிவயசு பயதொடங்கி நாள கட்டேல போற கெழவன் வர வந்து குடிச்சியான். நான் காணாத்த போலீசில்ல, ஸ்டேச நில்ல, ஏறாத்த கோடுகச்சேரி இல்ல. அந்த தேவிடியாளுக்கு சப்போட்டா நீரு எனக்கிட்ட இந்த வார்த்த சொல்லப்பிடாது. ஓமக்கு நான் கொறவச்சா அதச் சொல்லும்."

"நீ என்ன ஜீவிச்ச விடமாட்டியா?"

"இனுசுவெட்டரே, நாடன்னாதான் மதிப்பு. சும்மா குடுத் தாலும் நாட்டம் பொறத்தானுவ பொழியூர தொடமாட்டான். பக்கறைட்ட பெய் செல்லும்."

"லெச்சர் மைரு மதி. ஓம்ம நன்மைக்குத் தான் சொல்லு கேன். சீனிக்கெழங்கு தின்னிய பண்ணி செவி அறுத்தாலும் கேக்காதுண்ணா, வேறவழிதாம் பாக்கணும்."

மறுநாள் சாயங்காலம் வாற்றுஸ்தலத்திலிருந்து சரக் கெடுத்துக்கொண்டு வரும் வழியில் சங்கரன் கைது செய்யப் பட்டான். விஷயந்தெரியாத குடிமக்கள் வழக்கம் போல அரசமரத்தடியில் வந்து ரொம்ப தாகத்துடனும், சங்கடத் துடனும் திரும்பினார்கள். செல்லாச்சி அன்று இரவு சாளை மீன்கறி வைத்து நிறைய சோறு தின்னு ரொம்ப நாட்களுக்குப் பிறகு நிம்மதியுடன் படுத்தாள். சங்கரனை நினைக்கும்போது அவளுக்கு இரக்கம் தோன்றவில்லை. வெறுப்பே உண்டானது. 'சின்ன கடல்ல அழியாத்தது வலிய கடல்லதான் அழியும்' என்று முணுமுணுத்தாள்.

இன்றும் அவள் படுத்திருக்கிறாள். ஆனால் பசியுடன். அரிசியைக் கண்ணில் கண்டு நாட்களாயிற்று. அடுப்பை கோழி கிண்டுது. காலையில் வீடுதேடிவந்த குளச்சல்கார முக்குவன் முதலில் கேட்ட கேள்வியே அதுதான். 'கஞ்சி ஒண்ணும் வச்சேலியா?'

"தொறைகாரரே! உள்ளவரட்டு."

வேலிப்படலைத் திறந்து உள்ளே வந்தவன், வீட்டுக்குள் ஏறாமல் வெளியே நின்று பேசினான்.

"போனவன் போனான்னா இருக்கியவளுக்கு மதி என்ன? நீ ஒனக்க பாட பாக்கண்டாமா? ஏனாக்கும் இப்பிடி மானா கெடந்து மறுவிய? கண்ணுல சீவன் போவுது. ஏட்டி… நான் ஒரு வழி சொல்லியேன். கேப்பியா?"

"… … …"

"சங்கரன் போனதோட எங்களுக்கெல்லாம் கஷ்டம் பிடிச்சி. மொதலு நான் மொடக்கியேன். ஒனக்கு இஷ்டம் உண்டா? சொல்லு."

"… … …"

"எங்கி, நாள சந்த கலைஞ்சதும் தொடங்குவம்."

செல்லாச்சி ஒரு முடிவுக்கு வந்ததும் அதை ஆமோதிப்பது போல வட்டச்சங்கு ஊதியது. ரோட்டில் ஒரு லாறி வந்து நின்று கொஞ்ச நேரமாக இரைகிறது. திடீரென ஒரு மின்னல். சுப்பையனாக இருக்குமோ? அவள் நெஞ்சில் கன்றுக்குட்டி துள்ளியது. அடுத்தகணம், 'எல்லா எழவுடுப்பானுவளையும் கண்டு என்ன ஆச்சி?' என்றபடி திரும்பிப்படுத்தாள். அவளுக்கு அழுகை முட்டிக்கொண்டு வந்தது. 'என்னத்த வாழ்க்க?' என்றவளுக்கு அந்தக்கணமே செத்துப் போனால் நல்லது என்று தோன்றியது.

●

        குமாரசெல்வா

வட்டாரச்சொற்கள்

அடத்து	–	பறித்து
அடுப்பம்	–	நெருக்கம்
அப்பி	–	குழந்தை
அம்மிங்கிரு	–	நாயர்பெண்
அரியண்டம்	–	அருவெறுப்பு
அலுவாச்சி	–	ஆண் பனையில் (அலகுப் பனை) வரும் பாளை
அறதி	–	முடிவு
அறும்பாதம்	–	அறம்
அனக்கம்	–	அசைவு
ஆக்கத்தி	–	முன்புறம் வளைந்த வெட்டுக்கத்தி
இத்திரி	–	கொஞ்சம்
உச்ச குடி	–	மதிய உணவு
உணங்கி	–	உலர்ந்து
உம்ம	–	முத்தம்
உருக்கூட்டல்	–	சேமித்தல்
ஊத்தம்	–	வளப்பம் (பருமன்)
எளங்குடி	–	இளையதாக (சிறிதாக) காலை பத்து மணி போல அருந்தும் உணவு
ஒடமஸ்தன்	–	உரிமையாளன்

ஒடுக்கம்	–	பிறகு
ஓங்காளம்	–	குமட்டல்
ஓலச்செருவை	–	ஓலைக்கூரையின் இடையில் பொருட் களைச் செருகி வைக்கும் பகுதி
ஓலைச்சூட்டு	–	தென்னம் ஓலையால் செய்யப்பட்ட தீப்பந்தம்.
கக்குமடி	–	சாரத்தை மடித்துக் கட்டும் போதுவரும் உட்பகுதி
கச்சோடம்	–	விற்பனை
கடவு	–	நீர்த்துறை
கண்டிறாக்கு	–	தலைமைக் கொத்தனார்
கப்பத்தெங்கு	–	செந்தெங்கு
கருக்கு	–	இளநீர்
களிவு	–	சாமர்த்தியம்
காக்கட்டை	–	தோளில் நீர் சுமந்து செல்லும்வகையில் பனையோலையால் செய்யப்பட்ட இரண்டு தோண்டிகள் கமுகம் வரிச்சியில் இணையாக கயிற்றினால் கட்டப்பட்டிருக்கும்.
காஞ்சாடி	–	அக்கானி காய்ச்சும் பானை
காடி வெள்ளம்	–	கழுநீர்
கிண்ணாரிப்பு	–	அலட்டல்
கீல்	–	தார்
குடிநீர்	–	உமிழ்நீர்
குறியமுண்டு	–	கோவணம்
கூட்டுக்காரன்	–	நண்பன்
கெட்டுவித்தை	–	மந்திரவாதம்
கைதள்ளல்	–	கைகலப்பு
கொடி	–	வெற்றிலைக்கொடி
கோடைபோடுதல்	–	சாராயம் காய்த்தல்
கோள்	–	யோகம் (அதிர்ஷ்டம்)

சலங்க	–	கொலுசு
சவுட்டு	–	உதை
சாய்ப்பு	–	ஓலைக்குடிசை
சூண்டை	–	தூண்டில்
செறுப்பக்காரன்	–	சிறுவயதுடையவன் (இளைஞன்)
செறைதல்	–	முறைத்தல்
தள்ளை	–	தாய்
தன்றேடம்	–	துணிச்சல்
தாலம்	–	பாத்திரம்
திளாப்பு	–	பனையேறும்போது காலில் போடும் தளைநார்
தீற்றி	–	உணவு
தேச்சியம்	–	கோபம்
தைக்கிழவி	–	நாற்பது வயது பிராயமுடைய பெண்
தொழி	–	சேறு
தொறைகாரர்	–	மீனவர்
தோளம்	–	தோஷம்
நம்மாட்டி	–	மண்வெட்டி
நீக்கம்பு	–	காலரா
நீராழி	–	நீர்நிலை
நுள்ளு	–	கிள்ளுதல்
பட்டி	–	நாய்
பரம்பு	–	பாய்
பவுஞ்சியம்	–	பெருமைக்குறிப்பு
பற்றம்	–	கூட்டம்
பிற்றநாள்	–	மறுநாள்
பீயாத்தி	–	பிச்சுவாகத்தி
பெறக்கால	–	பின்னால்

பேடி   –   பயம்

பொங்காலை   –   பொங்கலிடுதல்

பொட்டல்   –   முறித்தல்

பொற்றை   –   பாறைக்கூட்டம்

மடக்குழி   –   அடிவயிற்றுப்பகுதி

மண அருவா   –   அரிவாள்மணை

மறுபடி   –   பதில்

மாக்கான்   –   தவளை

மாடம்   –   ஓலைக் குடிசை

மாப்பிளையன்மார் –   சிரியன் கிறித்தவர்

பாம்பட்டை   –   மதுக்கஷாயம்

மிடுக்கன்   –   திறமைசாலி

மீத்த   –   மீது (மேல்)

முண்டு   –   வேட்டி

மூப்பிலான்   –   தாத்தா

மொண்ண   –   பெரிய

மோட்டித்தல்   –   திருடுதல்

ராந்தல்   –   லாந்தர்விளக்கு

வக்குதல்   –   எரித்தல்

வர்மாணி   –   வர்மக்கலை நிபுணர்

வல்லவும்   –   எதாவது

வலிச்சி   –   இழுத்து

வழக்கு   –   சண்டை

வாதப்படி   –   அரண்மனை வாசல்

வாதை   –   வதைக்கும் தெய்வம்

வாவுபலி   –   ஆடி அமாவாசையன்று முன்னோர்களுக்கு
                    பலிகர்மம் நிறைவேற்றும் சடங்கு

வாழைத்தடை   –   வாழைத்தண்டு

வாற்றுதல்   –   சாராயம் வடித்தல்

விசாகம் கம்பு   –   மரிச்சினி கிழங்கில் ஒருவகை

வெட்டம்   –   வெளிச்சம்

வெடக்கு   –   அசுத்தம் (தீட்டு)

வெலி   –   பலி

வெள்ளப்பொக்கம் – வெள்ளப்பெருக்கு

வேளம்   –   சொல் (பேச்சு)

வழக்குச்சொற்கள்

அடக்கம் பேசுதல் –   இரண்டு பேர் கேட்கும்படி மெதுவாக
                    ரகசியம் பேசுதல்

அம்ம வீடு   –   மகாராஜா இரவில் தங்கிச் செல்லும் நாயர்
                    வீடுகள்.

ஆக அடங்கல்   –   மனித சரீரத்தின் மொத்த அசைவையும்
                    நிறுத்தும் வர்மப்புள்ளி

இரண்டற்று   –   தலை வேறு, முண்டம் வேறாக இருத்தல்
                    ('நான் இரண்டற்று திரிகிறேன்' என்பது
                    வழக்கு. 'செத்து திரிகிறேன்' என்பது
                    பொருள். சித்து வேலையிலிருந்து வந்த
                    வழக்கு இது.)

இல்லாத்த வேளம் –   இட்டுக்கட்டி சொல்லும் பொய்

இளையது   –   கள் (மூத்தது சாராயம்)

இறைபயத்தல்   –   மறைமுகமாகச் சொல்லுதல்

உடம்பறை   –   உடம்பு உறையும் இடம். (குட்டிப் பத்தாயத்
                    தின் மேல் கட்டில் அமைத்து உள்ளே
                    பொருள் வைக்கும் வகையிலான மரப்
                    படுக்கை)

'உம்'மென்று   –   பதில் கூறாமல் நிற்பது
நிற்றல்

ஏற்றுமுட்டல்   –   கைகலப்புக்கு முந்தைய வாய்ச் சண்டை

ஒணையும் மணையும்	–	உணர்வும் (சுவை) மணமும் ('மீன் கறி ஒணையும், மணையும் இல்லாம இருக்கு' என்பது வழக்கானால், 'உப்பு சப்பு இல்லை' என்பது பொருள். அதற்கு வெளியே, 'அவன் ஒணையும் மணையும் கெட்டவன்' என்றால் 'சூடு சுரணை அற்றவன்' என்பது பொருள்.
ஓலை இலக்கு	–	பனை ஓலையின் நறுக்கு (இலக்கில் எழுதியதால் இலக்கியம் ஆனது.)
கண்ணுகொண்டு காணப்பிடாது	–	பிடிக்காது
களியாக்குதல்	–	விளையாட்டு காட்டுதல் (கேலி செய்தல்)
களியாம்பற	–	சிறுவர்களின் தொடர்ந்த விளையாட்டு
கறுத்தவாவு	–	அமாவாசை
காச்ச காணுதல்	–	எதிர்ப்பு காணுதல் (உறக்கம் எழுந்ததும் முதன் முதலாகக் காணும் நபரோ, பொருளோ காச்சை (காட்சி) காண்பதாகும். 'காச்சகண்டு பெத்தது' என்பது பேறுக்குச் செல்லும் பெண் எதிர்ப்பு கண்டு செல்வதைக் குறிக்கும்
காயங்குளத்து வாளு	–	காயங்குளத்திலுள்ள கொச்சுண்ணி என்ற பெயர் பெற்ற திருடனை முன்வைத்து திருட்டுத்தனம் செய்பவர்களைக் குறிப்பிடும் வழக்கு
கிண்ணாரிப்பு	–	அலட்டல்
கீத்துக்கிளி	–	கிழிந்துபோதல்
குடிஇளக்குதல்	–	குடியிருப்பவரை விரட்டிவிட்டு வீட்டைப் பிடுங்குதல்
குளவரம்பு ஏலா	–	குளத்தை ஒட்டிய வரப்பு குளவரம்பு. குளத்தை ஒட்டிய வரப்பை ஒட்டிய ஏலா குளவரம்பு ஏலா. ஏலா என்பது வயல். வயலில் பாடுவது 'ஏலேலோ' பாடல்.
கொள்ளாம் போல	–	நல்லது
கோங்கண்ணி	–	மாறுகண் உடையவள்

சம்பளக்கால்	–	சமணர் அமர்வது போல் தரையில் அமர்ந்து முன்பு மேற் சாதியினரிடமிருந்து சம்பளம் (கூலி) பெறவேண்டும். சமணக் கால் – சம்மணக்கால் ஆகி – சம்பளக்கால் ஆயிற்று. அதுபோல 'கட்டணக்கால்' என்பது கால் மேல் கால்போட்டு சம்பளம் கொடுப் பவன் நாற்காலியிலோ, கட்டிலிலோ அமர்வது. 'கட்டளைக்கால்' தான் 'கட்டணக் கால்' ஆனது.
சூளம் அடித்தல்	–	விசிலடித்தல்
தலைக்கு 'வெளி' இல்லாதவன்	–	மனநிலை பிறழ்ந்தவன்
தள்ளைக்கறுத்தல்	–	தாய்–மகன் பாலுறவைப் பேசும் வார்த்தை கள்
தெளு	–	கஞ்சி தண்ணீர் ('தெளிந்த' என்னும் பொருளில்) சில இடங்களில் கள்ளையும் 'தெளு' என்பர். 'தெளிவு' என்றொரு பெயரும் கள்ளுக்கு உண்டு.
நரிப்பாய்ச்சல்	–	அடிமுறையில் நரிபோல தலையை முன்நீட்டி பாய்தல்
நல்லடைப்பான்	–	தொண்டை அடைப்பான் நோய். ('நல்ல' என்பது இங்கு 'கொடிய' என்ற பொருளில் உள்ளது. நல்லபாம்பு மாதிரி.)
நல்லாக்கிப் போடுதல்	–	பொன் அணிகலன்கள் புதிதாகச் செய்து அணிதல்.
நல்லுச்சை	–	நண்பகல் (துல்லியமான நடுமதியம் என்பதைக் குறிக்க 'நல்ல' சேர்ந்தது)
நாடு முடிச்ச கள்ளன்	–	பெரிய திருடன்
படைநவுட்டல்	–	ஆரவாரச் சண்டையிடல்
பாய்ச்சி	–	பேய் உக்கிரமாகப் பாய்ந்து கொல்லுதல்
பிரதிலோமம்	–	மேற்சாதிப்பெண்ணை கீழ்ச்சாதி ஆண் மணமுடித்தல்
மண்டைச் சோறு	–	மூளை

மரம் உண்டு, மண்ணுமட்டும்	–	பண்டு பத்திரம் எழுதும்போது மரத்தின் பலனை எடுக்கமுடியாதபடி தந்திரமாக எழுதும் முறை.
மானாட்டுக்குப் போகுதல்	–	குமரி மாவட்டத்திலுள்ள பனைகளில் மாசி, பங்குனியில் ஊற்று தீரும், அதன் பிறகு இங்குள்ள பனையேறிகள் பாண்டிக்கு பனையேறச் செல்வர். இதனை 'மானாட்டுக் குப் போதல்' என்பர்.
மோந்தி அறுக்கும் சமயம்	–	இருட்டத் தொடங்கும் நேரம்
வங்காளதடியன்	–	மிகப்பெரிய உடலமைப்பு கொண்டவன்
வடக்கன் விளையாட்டு	–	வடக்கன்களரி
விடந்தலைகள்	–	எப்போதும் பிறரைத் துன்புறுத்தும் செயலைச் செய்பவர்கள்
வெளிக்கிறங்குதல்	–	மலங்கழித்தல்
வெனவிட்டுது	–	கேடு ஒழிந்தது என்பது பொருள். 'வினை' என்ற சமணக் கருத்தாக்கத்தின் தாக்க மாகும். 'மெனக்கெட்டு' என்பது இதன் திரிபு.

குமாரசெல்வாவின்
உக்கிலு

சுந்தர ராமசாமி

குமாரசெல்வாவின் ஆறு கதைகள்: உக்கிலு, சீடைகள், சுருட்டுவாள், ஈஸ்டர் கோழி, காறாட்டம், நிரந்தரமற்ற மரணங்கள். 'உக்கிலு'வுடன் எனக்கு உறவுகொள்ள முடிய வில்லை. அக்கதையின் தெளிவின்மை அதைப் புரிந்துகொள்ள நான் மேற்கொண்ட முயற்சியைப் புறக்கணித்தது. கதைகள் என்று தொகுப்பில் தரப்பட்டிருக்கிறதே தவிர சிறுகதைகள் என்று குறிப்பிடப்படவில்லை. ஆசிரியர் தன் முதல் கதையான 'உக்கிலு'வை 1986இலும் கடைசிக் கதையான 'நிரந்தரமற்ற மரணங்க'ளை 1988இலும் எழுதியிருக்கிறார். இரண்டாண்டு கால முயற்சிகள் இவை.

பின்னணி கன்னியாகுமரி மாவட்டத்தின் மையப் பகுதி யான மார்த்தாண்டம், தொடுவெட்டி ஆகியவற்றின் சுற்றுப் புறங்கள். பாத்திரங்களாக வருபவர்கள் அதிகமும் நாடார்கள். பனையேற்றத்தையும், விவசாயப் பணிகளையும் ஜாதித் தொழிலாகக் கொண்டிருந்தவர்கள். முன்னர் திருவிதாங்கூர் மன்னரின் ஆட்சியின் கீழ், நாயர்களின் நிலவுடமை ஆதிக்கத்தில் வாழ்ந்ததில் மலையாளக் கலாச்சாரத்தின் பாதிப்பை மிகுதி யாகப் பெற்றிருப்பவர்கள். நாடார்களின் பிற மரபு வழி ஈடுபாடுகள் என வைத்தியம் (முக்கியமாக வர்மக் கலை), மந்திரவாதம், உடற்பயிற்சிக் கலைகள் ஆகியவற்றைச் சொல்ல லாம். பின்னணி சார்ந்த பரிச்சயத்தின் விரிவு குமாரசெல்வா கதைகளின் அனுபவத்தைக் கூட்டக்கூடியது.

பிற ஐந்து கதைகளிலும் ஆசிரியருக்கு மிகுந்த பிடிப்பும் ஆர்வமும் ஆசையும் கொண்ட அனுபவ உலகம் உருப்பெற்று

வருகிறது. தமிழ்ச் சிறுகதை மரபை ஏற்காமல் விலகி வாய்மொழிக் கதைகளின் மரபைப் பார்த்துப் போகிறவை இவை. ஒளிவு மறைவோ, தாழ்வு மனப்பான்மையோ இன்றி வாழ்க்கையின் அகண்ட கோலத்தின் மீது பெருமிதம் கொண்டு பதிவுசெய்யப் பட்டிருக்கும் சித்திரங்கள். வாழ்க்கை என்ற ஜீவநதியின் வித்தியாசமான ஒரு கிளையின் பெருக்கெடுப்பு நம் ஆர்வத்தைத் தூண்டுகிறது. அதன் நுரையும் சுழிப்பும் ஒழுக்கும்.

வாழும் நிர்ப்பந்தத்தினாலேயே எவருக்கும் அன்றாட அனுபவங்களேனும் பொறிகளில் விழுந்து பதிவாகிவிடுகின்றன. பிழைப்புத் தரும் ஒரு மொட்டை மொழி வசப்பட்டும் நிற்கிறது. இந்த மொழியை வைத்து அனுபவத்தை விரித்தால் அது படைப்பு என்பது ஒரு தமிழ்க் கணக்கு. இந்தக் கணக்கின் மீது கொண்டிருக்கும் அதீத நம்பிக்கை, பிரதிபலிப்பு விவரிப்பின் பாலைவனங்களாகப் பக்கம் பக்கமாக விரிந்து மிகுந்த அலுப்பைத் தந்துகொண்டிருக்கும் இன்றைய நிலையில் இக்கதைகள் தரும் ஈர்ப்பின் விதம் முக்கியமானது. அனுபவங்களிலிருந்து உள்சாரங்களைத் தேடிப்போகும் முயற்சியும் வெளிப்படும் கண்டுபிடிப்புகளும் கவனிக்கப்பட வேண்டியவை. அகபுற உலகங்களின் பின்னலை, தத்துவங்களின் தொந்தரவுகளின்றி ஆசிரியர் ஏற்றுக்கொண்டிருக்கிறார். பனை என்பது மரமாகவும் வாழ்க்கையின் நம்பிக்கையாகவும் உடலுறவின் குறியீடாகவும் அலையடிப்பது ஒரு உதாரணம்.

எது இருக்கிறதோ, இல்லையோ மனித குலத்தில் வகை மைக்குப் பஞ்சமில்லை. வகைமை மீது கொண்டிருக்கும் பிரியமும் இந்தப் பக்கங்களில் உறுதிப்பட்டிருக்கிறது. இது உண்மையில் முழுமை மீது கொள்ளும் விருப்பம்தான். தன் அனுபவ உலகத்தை ஒட்டி நின்று பெற்று, விலகி நின்று சொல்கிறார். எல்லாக் கதைகளிலும் குமிழியிடும் நகைச்சுவை உணர்வு (இளம் எழுத்தாளர்களிடம் அபூர்வம்) விலகலையும் விமர்சனத் தையுமே காட்டுகின்றன. விவரிப்பின் வக்கணையைத் தவிர்த்துச் சுருக்கத்தின் அடர்த்தியைப் பிடிக்க விழையும் மனம். எழுத்துப் பாங்கில் மறைவுகள் உள்ளன. மீறல்களும் சிடுக்குகளும் உள்ளன. கதையை அர்த்தத்தின் தளத்திலும் காலத்தின் முன்னும் நீவி எடுக்க வேண்டிய சிரமம் சந்தோஷம் தரக்கூடியது. ஏனெனில் இச்சிரமங்கள் கூடுதல் சாரங்களைத் தருகின்றன.

ஓவியக் கலையில் முறையான பயிற்சியற்ற ஒருவரின் ஆசைச் சித்திரங்கள் போல் இருக்கின்றன இவை. பல இடங் களில் செம்மைகள் சேராமல் சரிகின்றன. வர்ணங்கள் கொட்டிக் கிடக்கின்றன. சில தீட்டல்கள் மிக நேர்த்தியாக இருக்கின்றன.

எவை எவை ஆசிரியரின் விழிப்பைச் சார்ந்தவை, எவை எவை விழிப்பற்ற நிலையைச் சேர்ந்தவை என்பதை வகைப் படுத்த முடியாதபடி இருக்கிறது. அனுபவ உலகில் வாழும் மனிதர்களின் மன மொழியோடு படைப்பு மொழியை முடிந்த மட்டும் நெருக்கியிருப்பதில் தமிழுக்குச் சோபைகள் சேர்ந்திருக் கின்றன. புரிதல் பற்றிய பிரச்சினைகளையும் கடுமையாகக் கிளப்பியிருக்கின்றன.

இவருடைய அனுபவ உலக மனிதர்கள் வாழ்நிலையில் மலையாளச் சொற்களை ஏகமாகக் கலந்து பேசுகிறவர்கள். இவர்களுடைய இயற்கைக்கு அதிக நியாயம் தரும்போது பரிவர்த்தனை சார்ந்த பிரச்சினைகள் கடுமையாகின்றன. மார்த்தாண்டத்தைச் சேர்ந்த ஒருவர் கதை எழுதுவது தொடு வெட்டியைச் சேர்ந்த மற்றொருவர் புரிந்துகொள்வதற்காக அல்ல. தமிழ் வாசகர்களுக்கும் அவை போய்ச் சேர வேண்டும். தங்களுக்குத் தெரியாத உலகத்தை, அவ்வுலகம் ஈர்ப்புடன் இருக்கும் எனில், சாரங்கள் கொண்டிருக்கும் எனில், சிரமப் பட்டுத் தெரிந்துகொள்வதில் வாசகர்களுக்குப் பயன் உண்டு. ஆனால் வாசகர் எதிர்கொள்ளும் சிரமங்கள் சருமங்கள் சார்ந்து இல்லாமல் உள்சாரங்கள் சார்ந்து இருக்க வேண்டும்.

யதார்த்தத்தை நிறுவ எந்த அளவுக்குச் சாட்சியங்கள் கொட்டி நிரப்ப வேண்டும் என்பது இன்று உரக்கக் கேட்கப் பட வேண்டிய கேள்வி. கதாபாத்திரங்களின் ஜாதிக் கொச்சை, ஊர்க் கொச்சை, பிராந்தியப் பழக்கவழக்கங்கள், வேற்றுமைகள் இவற்றையெல்லாம் எந்திர ரீதியில் இட்டு நிரப்பி மொட்டை மொழியில் எழுதிவைத்துச் சகல வறட்சிகளையும் சமன் செய்ய ஆயத்தக் கருத்துகளை மார்க்சிலிருந்து பெரியார் வரையிலும் விரவிப் படைப்பை நிலைநாட்டிவிடலாம் என்ற நம்பிக்கை கொடிகட்டிப் பறக்கும் இன்றைய சூழலில் குமார செல்வா தந்திருக்கும் வித்தியாசமான பக்கங்கள், சாரம் கூட்ட முயலும் பக்கங்கள் விவாதிக்கப்பட வேண்டியவை. இந்தப் பக்கங்களை முன்வைத்து இளம் எழுத்தாளர்களேனும் அனு பவத்திற்கும் படைப்புக்குமான உறவு பற்றிப் பேசலாம். அனுபவத்தை வெளிப்படுத்த மொழி கொள்ள வேண்டிய பரிவர்த்தனை குணம் பற்றிப் பேசலாம். சர்ச்சைக்கு நிறைய இடம் தரும் மூல பாடம் இது.

சுபமங்களா, பிப்ரவரி 1993

குன்னிமுத்து

நாவல்

குமாரசெல்வா

குமாரசெல்வாவின் முதல் நாவல் இது. பெண்மை யின் தகுதி வளமை எனக் கொண்டாடும் உலகில் அது இல்லாத இருளியின் கறுத்த அனுபவத்தை ஊடுருவுகிறது நாவல். உலகை வளமாக்க அவள் மரங்களை நட்டு பள்ளிக் குழந்தைகளின் பசி தீர்க்கிறாள். தன்னை மணந்துகொண்டவனுக்கு இன்னொரு பெண்வாயிலாகப் பிறந்த குழந்தையை தனது மகளாக வளர்த்து அவளுக்கொரு வாழ்க் கையை ஏற்படுத்திக் கொடுத்துவிட்டு, தனக்கு இல்லாத வாழ்க்கை நோக்கி தனிமைப் பாதையில் நடப்பதாக நிறைவுறாமல் தொடர்கிறது கதை.

குமரி மண்ணின் மத அரசியல், பின்னணி நிழலாகப் படரும் வகையில் வரையப்பட்ட இந்த நாவல் சித்திரம் இதுவரைக்கும் சொல்லப்படாத பல பக்கங்களை நமக்குத் திறந்துகாட்டுகிறது.

கயம்

சிறுகதைகள்

குமாரசெல்வா

ரூ. 150 (வி.பி.பி.யில் ரூ. 150)

விளிம்பு நிலையில் ஒதுங்கிக் கிடக்கும் குமரி மாவட்டத்தின் விளவங்கோட்டுத் தமிழை எந்தத் தயக்கமுமின்றி எழுத்துக்குக் கொண்டுவந்தவர் குமாரசெல்வா. தமிழ்ச் சிறுகதை மரபிலிருந்து விலகி, வாய்மொழிக் கதைகளின் அகச்சாயலை சுவீகரிக்கும் இவரது கதைகள் அதனூடே வாழ்வின் அபூர்வத் தருணங்களையும் துக்கங்களையும் வெளிப் படுத்துகின்றன.

"அனுபவ உலகில் வாழும் மனிதர்களின் மனமொழியோடு படைப்பு மொழியை முடிந்தமட்டும் நெருக்கியிருப்பதில் தமிழுக்கு சோபைகள் சேர்ந்திருக்கின்றன" என்று இவரது கதைகள் குறித்து எழுதியிருக் கிறார் சுந்தர ராமசாமி.

ராஜமார்த்தாண்டன்

www.ingramcontent.com/pod-product-compliance
Lightning Source LLC
Chambersburg PA
CBHW051436140726